मेकॅनिक एग्रीकल्चेर मशिनरी MAM द्विवतीय वर्ष मराठी MCQ

मनोज डोळे

डिजिटायझेशन ही काळाची गरज आहे. भविष्यात, प्रशिक्षण अधिक सोयीस्कर आणि सोपे करण्यासाठी औद्योगिक प्रशिक्षण संस्थांमध्ये ऑनलाइन इंटरनेट वापरून प्रशिक्षण घेणे आवश्यक आहे. MCQ प्रश्नांचा संच असलेली ई-पुस्तके प्रशिक्षणार्थींना उपलब्ध करून दिली जातील कारण त्यांना त्यांच्या औद्योगिक प्रशिक्षण संस्थांमध्ये होणाऱ्या ऑनलाइन परीक्षांच्या तयारीसाठी MCQ प्रश्नांची अधिक सवय होणे आवश्यक आहे.

या सर्व बाबी लक्षात घेऊन श्री.मनोज मधुकर डोळे प्रशिक्षक, औद्योगिक प्रशिक्षण संस्था, सातारा यांनी नवीन वार्षिक प्रणाली आणि NSQF-5 अभ्यासक्रमानुसार पुस्तके लिहिली आहेत. आणि त्यांनी प्रशिक्षण सुलभ करण्यासाठी सैद्धांतिक मोबाइल ॲप्स आणि ब्लॉग तयार केले आहेत आणि हे सर्व शैक्षणिक साहित्य जगप्रसिद्ध Google Play Store, Amazon आणि Apple Book Store वर डाउनलोड करण्यासाठी उपलब्ध केले आहे.

पुस्तकांचे प्रकाशन माननीय सहसंचालक श्री राजेंद्र घुमे साहेब प्रादेशिक व्यावसायिक शिक्षण व प्रशिक्षण कार्यालय, पुणे यांच्या हस्ते दिनांक 9/1/2019 रोजी करण्यात आले, यावेळी श्री प्रकाश सायगावकर साहेब प्राचार्य शासकीय औद्योगिक प्रशिक्षण संस्था औंध पुणे, श्री तुकाराम मिसाळ साहेब प्राचार्य डॉ. सरकार प्र.संस्था सातारा, श्री सचिन धुमाळ साहेब जिल्हा व्यवसाय शिक्षण व प्रशिक्षण अधिकारी सातारा, श्री यतीन पारगावकर साहेब मुख्याध्यापक गो. प्र.संस्था कोल्हापूर, श्री विकास टेके साहेब निरीक्षक व्यावसायिक शिक्षण व प्रशिक्षण क्षेत्रीय कार्यालय पुणे, पालेकर फूड्स प्रॉडक्ट्स प्रा. लि.चे सातारा येथील उद्योजक अध्यक्ष श्री.नीळकंठराव पालेकर साहेब, हिरा फूड्स चे चेअरमन श्री.इब्राहिम बाबा तांबोळी साहेब, सौ.शाल्मली पवार मुख्याध्यापिका शासकीय तंत्रनिकेतन केंद्र सातारा व इतर मान्यवर यावेळी उपस्थित होते.

अनुक्रमणिका

प्रस्तावना

मेकॅनिक एग्रीकल्चेर मशिनरी MAM द्वितीय वर्ष मराठी MCQआयटीआय अभियांत्रिकी अभ्यासक्रम मेकॅनिक ॲग्रिकल्चरल मशिनरी, सुधारित NSQF अभ्यासक्रमासाठी एक साधे ई-पुस्तक आहे, त्यात अधोरेखित आणि ठळक अचूक उत्तरांसह वस्तुनिष्ठ प्रश्नांचा समावेश आहे MCQ ज्यामध्ये सर्व विषयांचा समावेश आहे ज्यात मोल्ड बोर्ड प्लॉग बद्दल नवीनतम आणि महत्वाचे आहे. डिस्क नांगर. मशागत आणि त्याची अंमलबजावणी. मशागतीची माहिती आणि त्याची अंमलबजावणी प्रणाली नोंदवा. छिन्नी नांगर. रोटाव्हेटर. रोटाव्हेटर ऑपरेशन. डिस्क हॅरो (ऑफ सेट प्रकार/दुहेरी क्रिया. आणि एकल क्रिया.). पॉवर हॅरो हॅरो ऑपरेशन. शेती करणारे. लागवड प्रणाली. माती तयार करणारी उपकरणे. लाझर लेव्हलर, ट्रेचर आणि पोस्ट होल खोदणारा. माती शेती उपकरणे. बियाणे कवायती नष्ट करणे आणि एकत्र करणे.. बियाणे ड्रिल. लागवड करणारे खत applicators. व्हॉल्युट प्रकार सेंट्रीफ्यूगल पंप. सबमर्सिबल पंपची सर्व्हिसिंग. सिंचन झडपा आणि हायड्रंट्सची सर्व्हिसिंग. पॉवर टिलर/पॉवर वीडरची सर्व्हिसिंग. शेती करणारा. पॉवर टिलर / पॉवर वीडर. धान्य हाताळणी बियाणे प्रक्रिया आणि कोरडे करणे आणि एसी मोटर्सचे प्रमुख घटक आणि असेंबलीची कार्यक्षमता तपासा. एसी मोटर्स. स्प्रेअर आणि डस्टर. स्प्रेअर आणि डस्टर. रीपर, रीपर वाइंडर, स्ट्रॉ-रीपर.रीपर, रिपर वाइंडर, स्ट्रॉ-रीपर. थ्रेशर, मका विक्रेता, भुईमूग डेकोर्टिकेटर. थ्रेशर, मका विक्रेता, भुईमूग डेकोर्टिकेटर. कम्बाइन हार्वेस्टर-कटर बार असेंबली, फीडर युनिट, मळणी युनिट, विभक्त युनिट. मॉवर, फोल्डर हार्वेस्टर, पॉवर चाफ/सायलेज कटर. मॉवर, फोल्डर हार्वेस्टर, पॉवर चाफ/सायलेज कटर. रोटरी कापणी यंत्र, गवत बेलर. शेंगदाणा खोदणारा, बटाटा / कांदा खोदणारा. भुईमूग खोदणारा, गवताचा खणणारा, बटाटा/कांदा खोदणारा. विजेता, क्लिनर आणि ग्रेडरची सर्व्हिसिंग. विजेता, क्लिनर आणि ग्रेडर. राईस हलर, पॉलिशर, फीड ग्राइंडर-कम-मिक्सर, हॅमर मिलची सर्व्हिसिंग. राइस हलर, पॉलिशर, फीड ग्राइंडर-कम-मिक्सर, हॅमर मिल. धान्य हाताळणी बियाणे प्रक्रिया आणि सुकवण्याची उपकरणे आणि बरेच काही.

आम्ही प्रत्येक नवीन आवृत्तीसह नवीन प्रश्नांची उत्तरे जोडतो. कृपया काही त्रुटी/ वगळल्यास आम्हाला ईमेल करा. सर्व अभियांत्रिकी बहुपर्यायी प्रश्न आणि उत्तरांसाठी हे निर्विवादपणे सर्वात मोठे आणि सर्वोत्तम ई-पुस्तक आहे.

विद्यार्थी म्हणून तुम्ही ते तुमच्या परीक्षेच्या तयारीसाठी वापरू शकता. हे ई-पुस्तक प्राध्यापकांना साहित्य रीफ्रेश करण्यासाठी देखील उपयुक्त आहे.

नांदी, प्रस्तावना

21 व्या शतकातील औद्योगिक क्षेत्रातील वेगाने वाढणाऱ्या मागणीच्या अनुषंगाने बहु-कुशल कारागीरांचा पुरवठा करण्यासाठी व्यवसाय शिक्षण आणि व्यवसाय प्रॅक्टिकल विभागामार्फत व्यावसायिक शिक्षण आणि प्रशिक्षण विभागामार्फत व्यावसायिक शिक्षण आणि प्रशिक्षण दिले जाते. संस्थांमधील सर्व व्यवसाय महत्त्वाचे आहेत, कारण या व्यवसायांतील प्रशिक्षणार्थी उद्योगाच्या मागणीनुसार बहु-कौशल्ये विकसित करतात.

औद्योगिक क्षेत्रातील सर्व उद्योगांमधील सर्व परीक्षा ऑनलाइन घेतल्या जातात आणि त्यामध्ये MCQ पद्धतीच्या प्रश्नांचा समावेश होतो हे लक्षात घेऊन सर्व व्यवसायांसाठी योग्य MCQ ई-पुस्तके उपलब्ध करून देण्याच्या उदात्त हेतूने. श्री.मनोज मधुकर डोळे यांनी नवीन वार्षिक अभ्यासक्रमानुसार MCQ पद्धतीवर खूप चांगले ई-बुक लिहिले आहे. हे ई-बुक सर्व प्रशिक्षणार्थी, प्रशिक्षणार्थी उमेदवार, प्रशिक्षण प्रशिक्षक आणि संबंधित इतरांसाठी निश्चितच मार्गदर्शक ठरेल.

पुस्तकाचे लेखक श्री.मनोज मधुकर डोळे आहेत, इन्स्ट्रक्टर गव्हर्नमेंट ITI सातारा यांना 17 वर्षांचा प्रशिक्षणाचा अनुभव आहे. नवीन वार्षिक पॅटर्न म्हणून लिहिलेल्या, या ई-बुकमध्ये प्रत्येक विषयासाठी मांडणी, सोपी भाषा आणि सोपी वाक्यरचना, आकृती आणि व्हिडिओ समजून घेण्यासाठी आधुनिक डिजिटल QR कोड तंत्रज्ञान समाविष्ट केले आहे. त्यामुळे सखोल अभ्यास आणि परीक्षेच्या सरावासाठी हे ई-बुक नक्कीच उपयोगी पडेल याची मला खात्री आहे. त्यांनी केलेले काम नक्कीच कौतुकास्पद आहे.

श्री तुकाराम मिसाळ
प्राचार्य शासकीय औद्योगिक प्रशिक्षण संस्था सातारा.

ऋणनिर्देश, पावती

DGET नवी दिल्ली आणि CSTARI कोलकाता ऑगस्ट 2018 च्या सत्रापासून ITI मधील सर्व व्यवसायांसाठी वार्षिक पॅटर्न लागू करत आहेत. परीक्षा पद्धतीतही बदल करण्यात येणार असून या वर्षीपासून ती ऑनलाइन होणार असून सर्व प्रश्न वस्तुनिष्ठ स्वरूपाचे (MCQ) असल्याने प्रशिक्षणार्थींना सखोल अभ्यासाची नितांत गरज आहे. हे लक्षात घेऊन जुन्या NIMI पॅटर्नवर आधारित पुस्तके आणि नवीन वार्षिक पॅटर्नचे संपूर्ण विहंगावलोकन सादर करताना आम्हाला आनंद होत आहे आणि आम्हाला आशा आहे की ही पुस्तके सर्व व्यवसाय संचालक आणि प्रशिक्षणार्थींसाठी मार्गदर्शक ठरतील. आहे.

ही पुस्तके लिहिल्याबद्दल जोहर आवटे साहेब, ITI अकलूजचे प्राचार्य. ITI सातारा चे माजी प्राचार्य सायगावकर साहेब, सहाय्यक संचालक श्री चंद्रकांत ढेकणे साहेब व्यवसाय शिक्षण व प्रशिक्षण प्रादेशिक कार्यालय, पुणे, जिल्हा व्यवसाय शिक्षण व प्रशिक्षण अधिकारी सचिन धुमाळ साहेब व मुख्याध्यापिका शासकीय तंत्रनिकेतन केंद्र शाल्मली पवार मॅडम व मुलगा अधिराज डोळे, आई कुसुम डोळे. , माझे वडील मधुकर डोळे आणि पत्नी अश्विनी डोळे यांनी वेळोवेळी केलेल्या विशेष मार्गदर्शन व सहकार्याबद्दल मी त्यांचा मनःपूर्वक आभारी आहे.

तसेच अतिशय कमी कालावधीत पुस्तक प्रकाशित करण्यात अमूल्य वेळ दिल्याबद्दल श्री राजेंद्र घुमे साहेब, सहसंचालक, व्यवसाय शिक्षण व प्रशिक्षण प्रादेशिक कार्यालय, पुणे यांनी पुस्तकाचे पुनरावलोकन केले. त्यांच्या अभिप्रायाबद्दल मी मनापासून आभारी आहे.

पुस्तक लिहिण्याच्या सुरुवातीपासूनच सतत पाठबळ दिल्याबद्दल ITI सातारा च्या प्रशिक्षकांचा मी आभारी आहे.

या पुस्तकातून, ई-लर्निंगबद्दलचे माझे विचार तुमच्याशी शेअर करण्यात मी स्वतःला धन्य समजतो. हे पुस्तक परिपूर्ण आहे असा दावा मी करणार नाही, कारण परिपूर्णतेचा विचार करता हे पुस्तक एक प्रयत्न आहे आणि बाल्यावस्थेत आहे. त्यांची चाचणी आणि सूचना दिल्यास ते सुधारण्यासाठी मोलाचे ठरतील.

मनोज डोळे

दिनांक 9/1/2019

1

मेकॅनिक एग्रीकल्चेर मशिनरी MAM द्वितीय वर्ष मराठी MCQ Drawing

Online Test Exam
ITI Books
CNC Course
AutoCAD CAM
JOB & Apprentice
Online Theory
Computer Course
Trading Course
Web Designing
MSCIT Course
Shopping Business
Internet Business
Remotasks Course
Online Services
Top Sportsmans
Indian Army
Freedom Fighters
Top Scientists
Social Reformers
Motivational Speaker
Top Richest People
Join WhatsApp Group
Join Facebook Group
Like Facebook Page
PAN / Adhar / Licence Passport

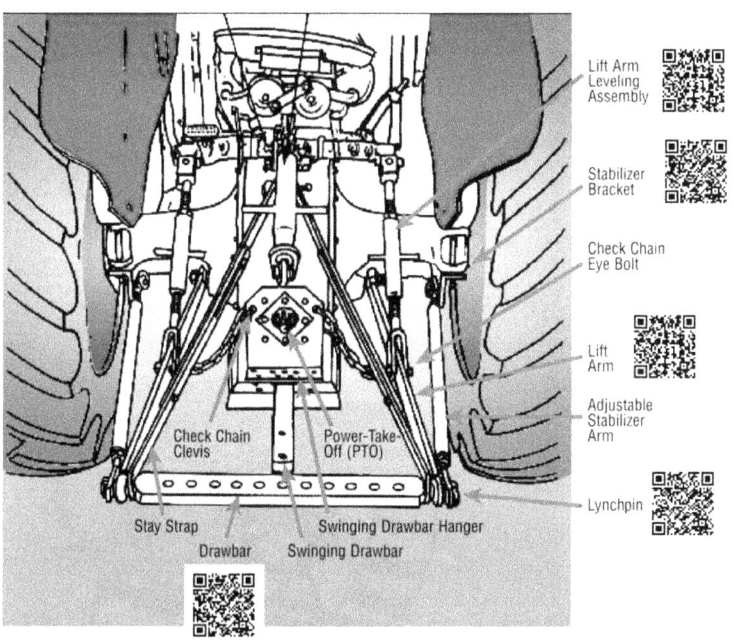
Lift Arm
Leveling
Assembly
Stabilizer
Bracket
Check Chain
Eye Bolt
Lift
Arm
Adjustable
Stabilizer
Arm
Lynchpin
Check Chain
Clevis
Power-Take-
Off (PTO)
Stay Strap
Swinging Drawbar Hanger
Drawbar
Swinging Drawbar

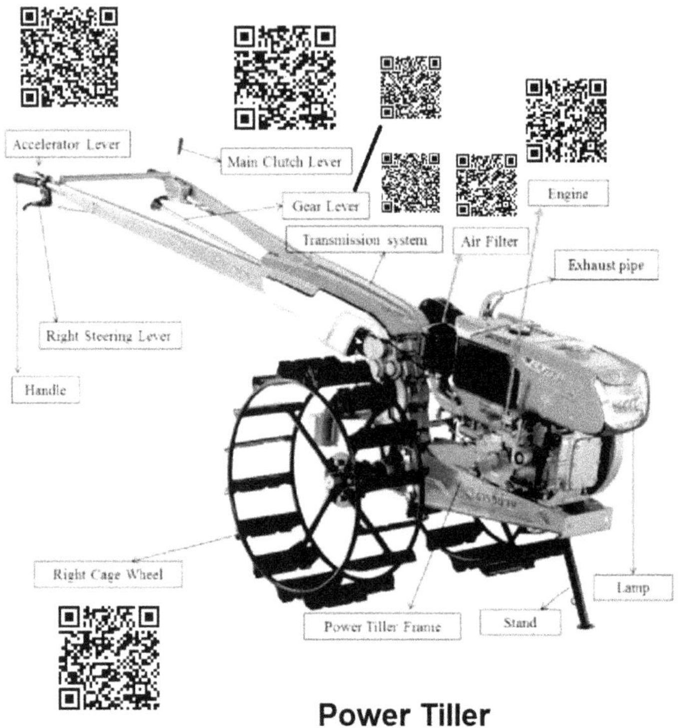

Power Tiller

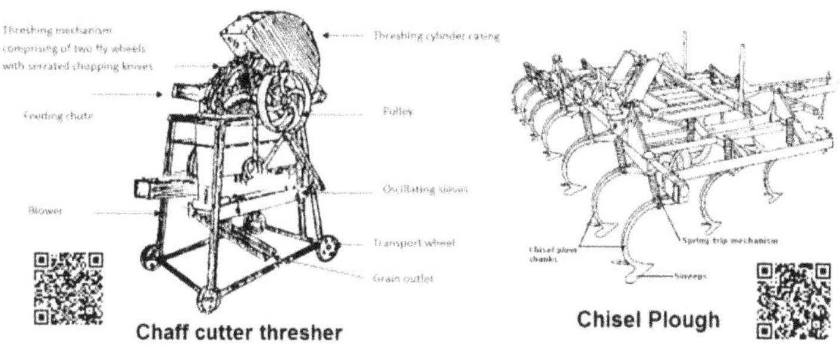

Chaff cutter thresher

Chisel Plough

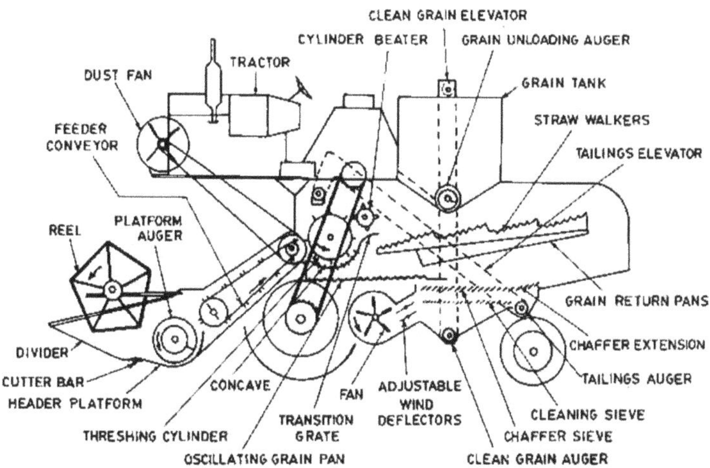

Combine harvester

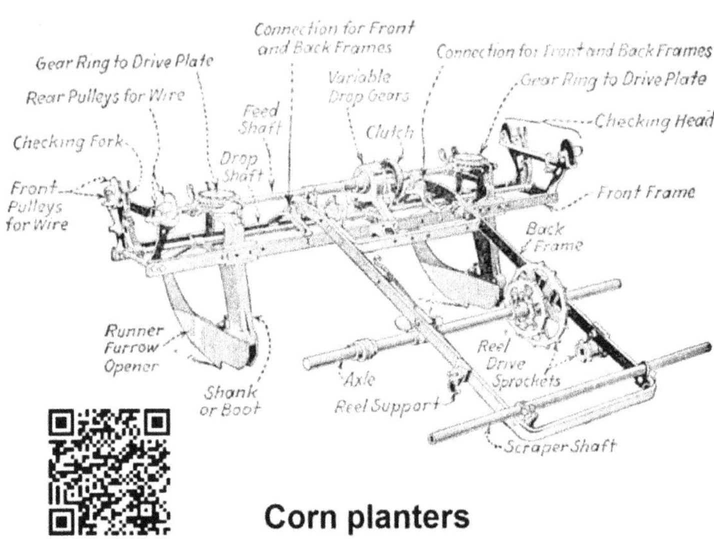

Corn planters

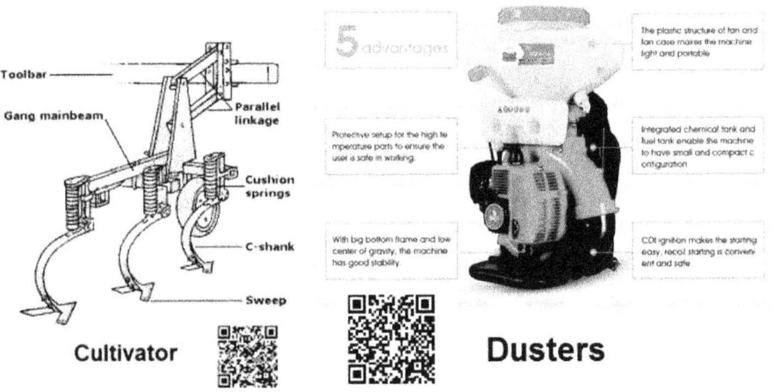

Cultivator

Dusters

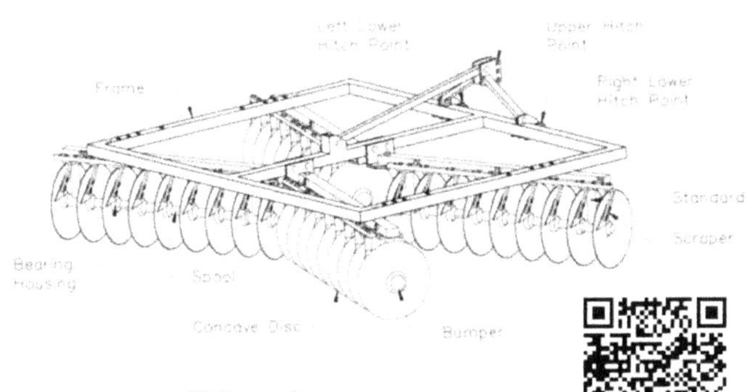

Disc harrows

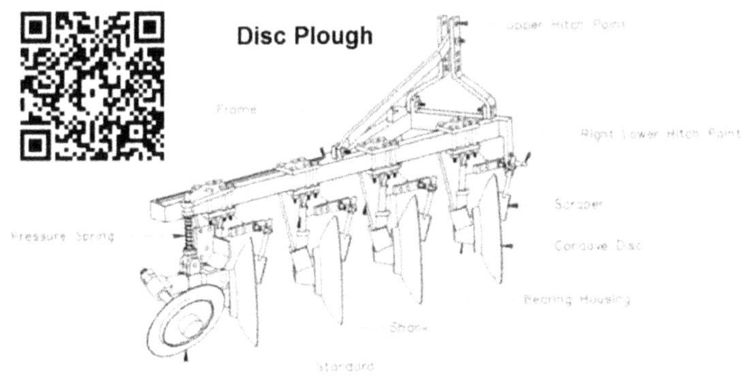

Disc Plough

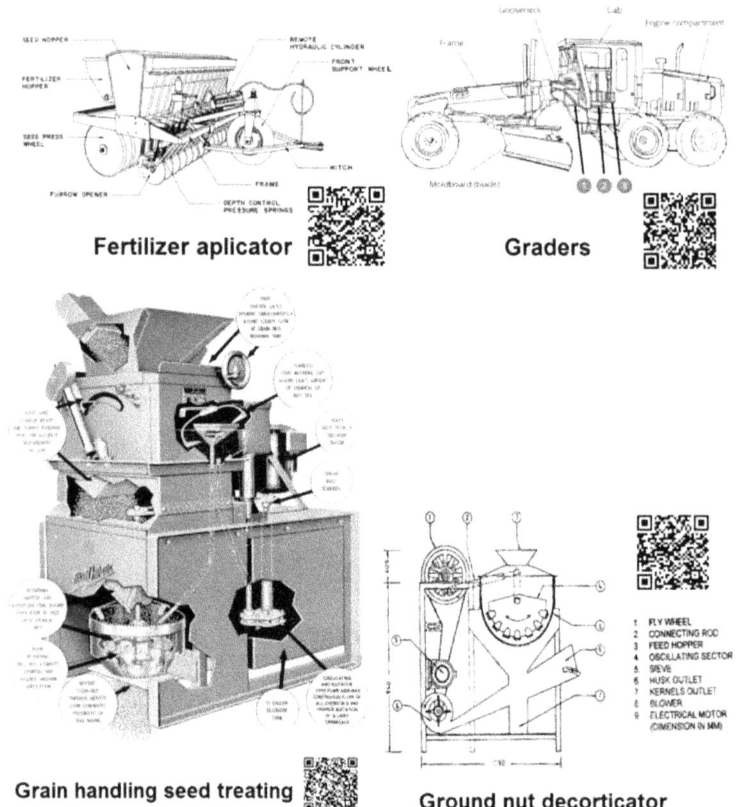

Fertilizer aplicator

Graders

Grain handling seed treating

Ground nut decorticator

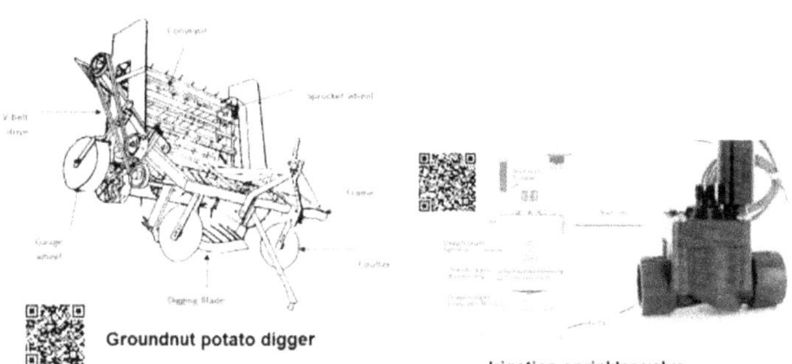

Groundnut potato digger

Irigation sprinkler valve

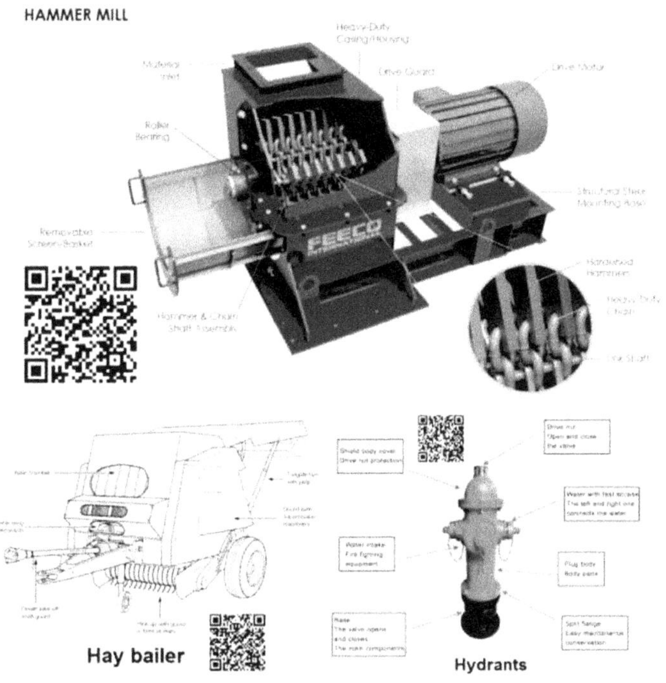

HAMMER MILL

Hay bailer

Hydrants

Lazar leveler

Maize seller

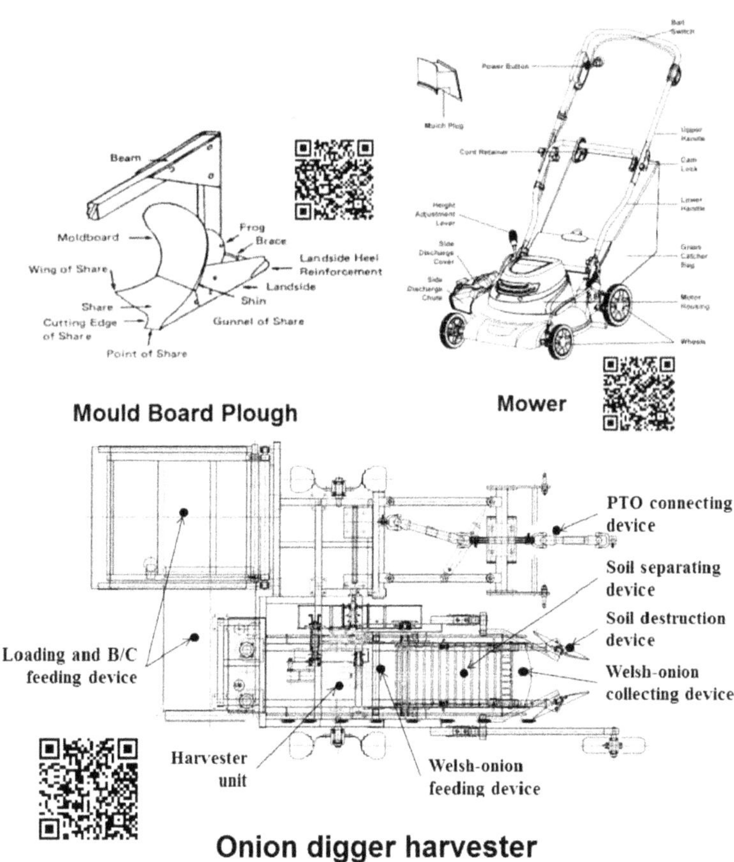

Mould Board Plough

Mower

Onion digger harvester

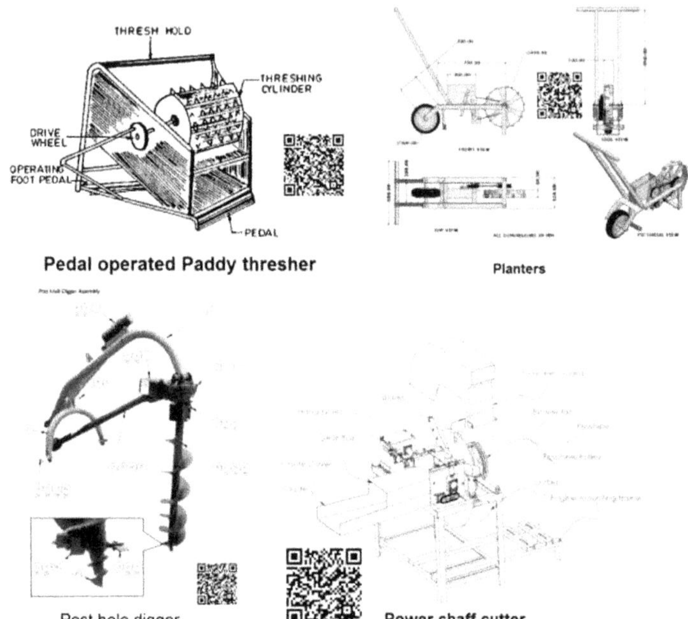

Pedal operated Paddy thresher

Planters

Post hole digger

Power chaff cutter

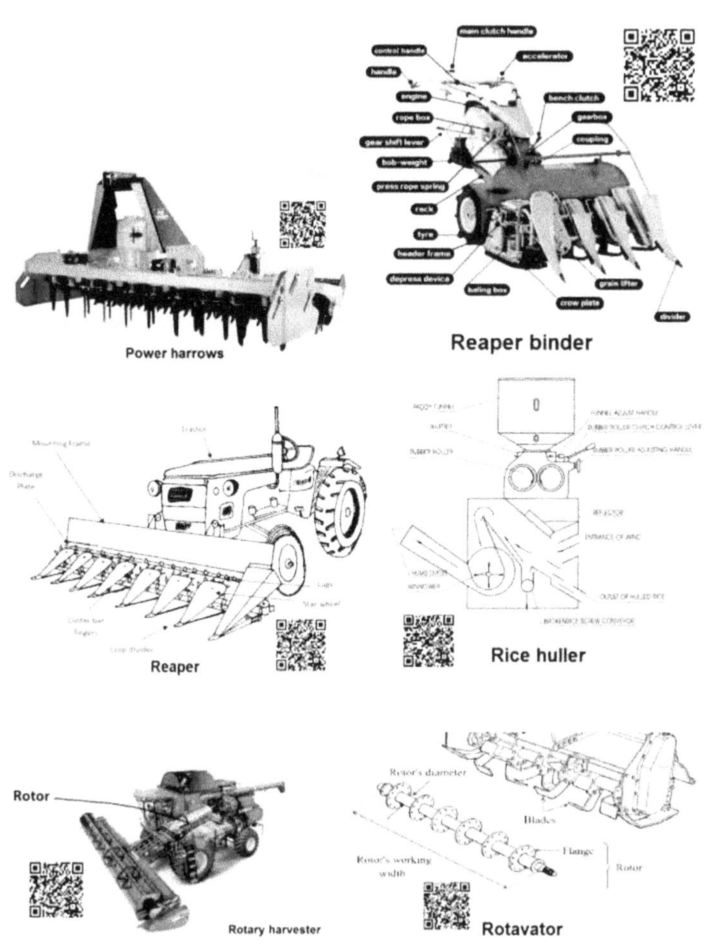

Power harrows

Reaper binder

Reaper

Rice huller

Rotary harvester

Rotavator

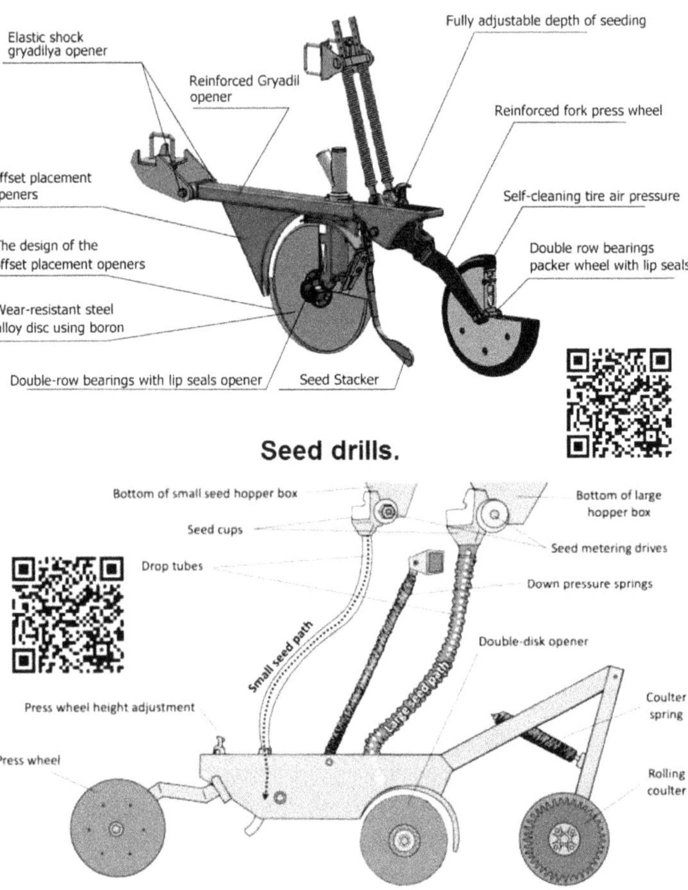

Seed drills.

Seed drills

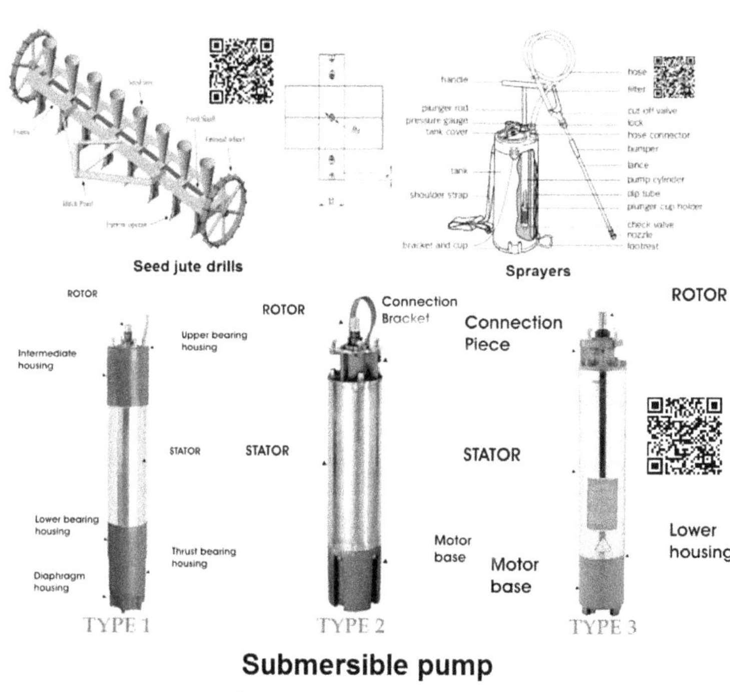

Seed jute drills

Sprayers

Submersible pump

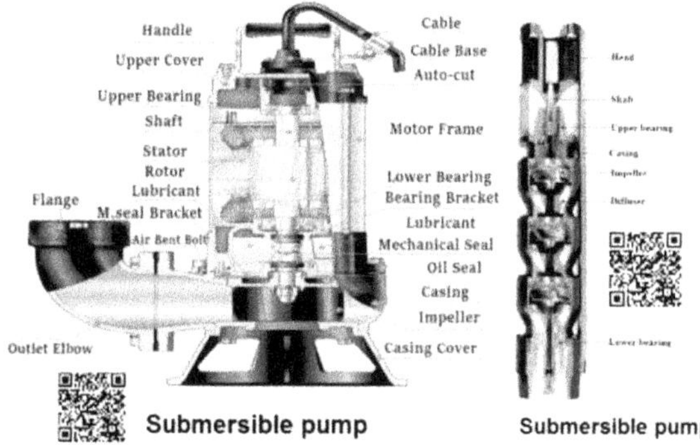

Submersible pump

Submersible pump

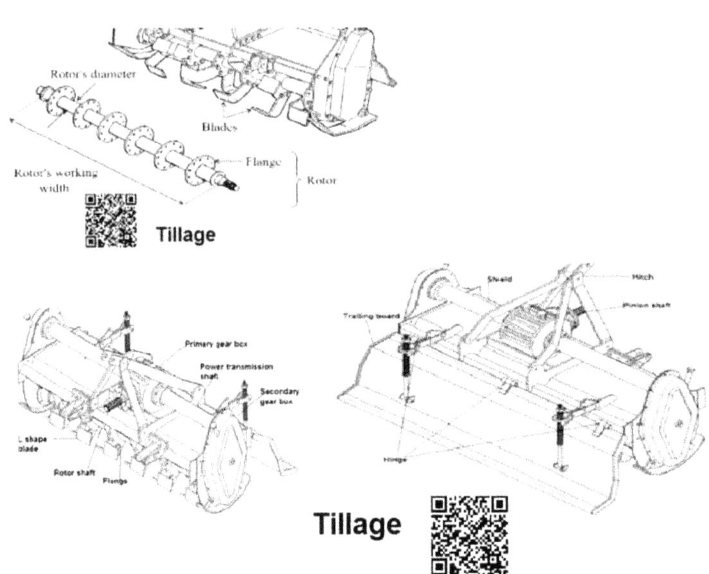
Rotor's diameter
Blades
Flange
Rotor
Rotor's working width
Tillage
Primary gear box
Power transmission shaft
Secondary gear box
L shape blade
Rotor shaft
Flange
Shield
Hitch
Tillage

Trencher

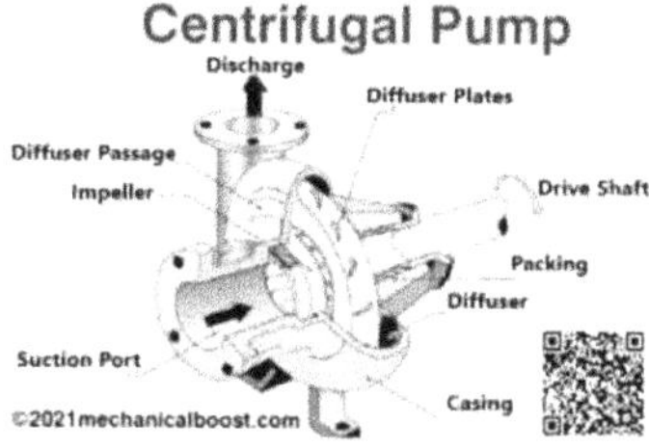

volute type centrifugal pump

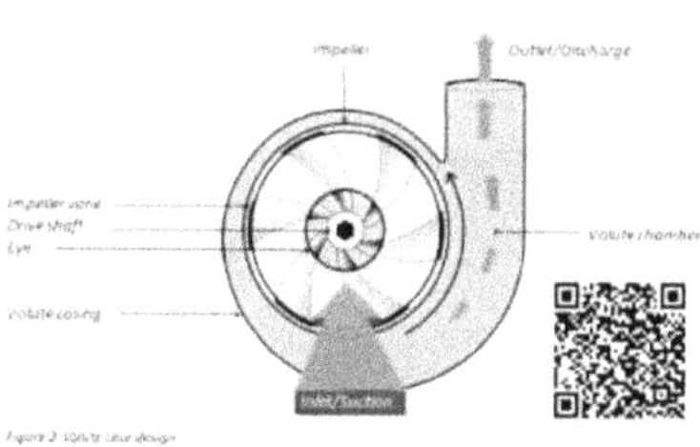

volute type centrifugal pump

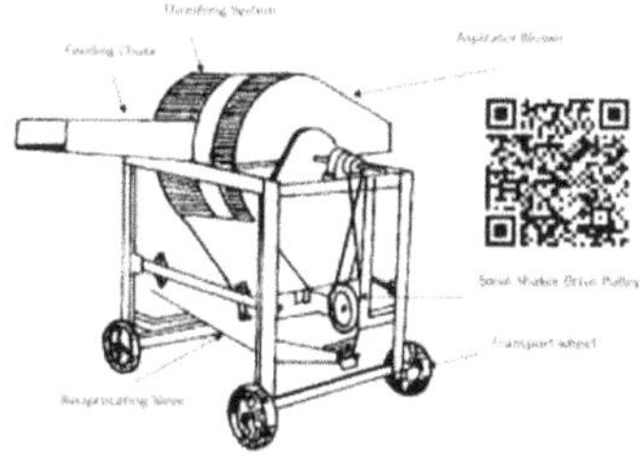

wheat Thresher

2

मेकॅनिक एग्रीकल्चेर मशिनरी MAM द्वितीय वर्ष मराठी MCQ

मशागतीच्या कोणत्या वर्गीकरणामध्ये मातीची सुरुवातीची प्रमुख क्रिया समाविष्ट असते?

a) दुय्यम मशागत

b) <u>प्राथमिकमशागत</u>

c) तृतीयक मशागत

ड) प्राथमिक आणि माध्यमिक मशागत

2] माती अर्धवट किंवा पूर्णपणे कापण्यासाठी, तोडण्यासाठी आणि उलट करण्यासाठी कोणते प्राथमिक मशागत ऑपरेशन केले जाते?

अ) <u>नांगरणी</u>

b) जिंकणे

c) मळणी

ड) त्रासदायक

3] कोणत्या प्रकारचा मोल्डबोर्ड तुलनेने अचानक वक्रता असलेला लहान पण रुंद असतो?

अ) सॉड किंवा ब्रेकर

ब) स्लॅट

c) <u>स्टबल</u>

ड) सामान्य हेतू

4] एक सपाट प्लेट जी विरुद्ध धारण करते आणि नांगराच्या तळाचा पार्श्व थ्रस्ट फरो भिंतीवर प्रसारित करते तिला ___________ म्हणतात.

अ) भूभाग

b) शेपटीचा तुकडा

c) जॉइंटर

ड) कल्टर

5] मुख्य नांगराच्या तळासमोर थेट फरो स्लाइस सारख्या लहान रिबनवर उलथण्यासाठी कोणत्या नांगराचा वापर केला जातो?

अ) कल्टर

b) गेज चाक

c) जॉइंटर

ड) जमीन चाक

6] उलट करता येण्याजोगे नांगर ज्यामध्ये एकच तळ असतो अशा व्यवस्थेसह नांगराचा तळ उजव्या हातापासून डाव्या हाताकडे सुमारे 180° फिरवून बदलला जातो?

अ) कुस्तीनांगरफिरवा

b) डिस्क नांगर

c) छिन्नी नांगर

ड) रोटाव्हेटर

7] चांगल्या नांगराचा चकती कोन किती असतो?

अ) 35°-39°

ब) 42°-45°

c) 23°-27°

ड) ५९°-६३°

8] कोणता नांगर हा रेग्युलर डिस्क नांगर आणि डिस्क हॅरोच्या तत्वांचे मिश्रण आहे आणि जमिनीत उथळ काम करण्यासाठी वापरला जातो?

अ) अनुलंबडिस्कनांगर

b) छिन्नी नांगर

c) सबसॉयलर

ड) मानक डिस्क नांगर

9] अनेक रोटरी टायन्स किंवा चाकूच्या सहाय्याने आघात शक्तींद्वारे माती कापण्यासाठी आणि हलविण्यासाठी कोणता नांगर वापरला जातो?

a) फिरणारा औगर नांगर

b) रोटाव्हेटर

c) छिन्नी नांगर

ड) रोटरीनांगर

10] ट्रॅक्टर वळण्यासाठी शेताच्या प्रत्येक टोकाला जमिनीचा एक पट्टा ________ म्हणून ओळखला जातो.

अ) प्रमुख जमीन

b) डेड फरो

c) बॅक फरो

ड) <u>मुकुट</u>

1] मोल्ड बोर्ड नांगराचा कोणता भाग मळणी झाकण्यासाठी फरो स्लाइस उलटतो?

अ] <u>नांगरतळ</u>

B] जमिनीची बाजू

C] मोल्ड बोर्ड

डी] क्रॉस शाफ्ट

2] नांगराचा भाग बेडूक बनवण्यासाठी कोणती सामग्री वापरली जाते?

अ] कमी स्टीलचे डाग

B] उच्च कार्बन स्टील

C] हाय स्पीड स्टील

डी] <u>कास्टलोह</u>

3] हिच पॉइंटचा प्रकार काय आहे?

अ] दोन बिंदू अडचण

ब] <u>सिंगलपॉइंटहिच</u>

C] तीन बिंदू अडचण

D] चार बिंदू अडचण

4] हिच सिस्टमचा प्रकार काय आहे?

अ] <u>दोनबिंदूअडचणप्रणाली</u>

B] सिंगल पॉइंट हिच सिस्टम

C] थ्री पॉइंट हिच सिस्टम

D] फोर पॉइंट हिच सिस्टम

5] नांगरलेल्या जमिनीच्या पट्टीभोवती नांगरण्याची कोणती पद्धत काम करते?

अ] <u>मेळावा</u>

ब] कास्टिंग

क] नांगरणे

ड] हिचिंग

6] मध्यभागी जास्त उंची दर्शविणाऱ्या शेतांसाठी कोणती नांगरणी पद्धत वापरली जाते?

अ] मेळावा

ब] हिचिंग

क] <u>कास्टिंग</u>

D] प्राथमिक मशागत

7] कोणत्या नांगरणी पद्धतीमुळे इंधन आणि वेळेची बचत होते?

अ] गोळा करण्याची पद्धत

ब] <u>मिश्रपद्धत</u>

सी] कास्टिंग पद्धत

ड] हिचिंग पद्धत

8] मोल्ड बोर्ड नांगर साठवताना कोणती देखभाल करावी लागते?

A] बार पॉइंट्स रेडियस गेजने तपासले जातील

ब] पेट्रोल जेलीने कल्टर स्वच्छ करा

क] <u>मातीचेगुंतलेलेभागअँटी-रस्टकंपाऊंडसहलेपितकेलेजातील</u>

ड] कल्टरच्या कडा वंगण घालण्यासाठी

9] मोल्ड बोर्ड नांगराचा बार पॉइंट / शेअर तपासण्यासाठी कोणते साधन वापरले जाते?

अ] फीलर गेज

B] समांतर अवरोध

सी] स्टील नियम

D] <u>सरळधार</u>

10] फील्ड ऑपरेशनसाठी ट्रॅक्टरसह अवजारे जोडण्याचे नाव काय आहे?

अ] नांगरणी

ब] कापणी

क] <u>हिचिंग</u>

ड] बियाणे लागवड

11] प्राथमिक मशागत ऑपरेशनचे उद्दिष्ट काय आहे?

अ] डिस्क नांगराला आधार द्या

ब] पुनर्वसन कार्यासाठी खोल नांगरणी

सी] <u>चांगलेबियाणेतयारकरणे</u>

D] हार्ड पॅन फोडण्यास मदत करते

12] बीज ठेवण्यापूर्वी आणि नंतर जमिनीवर कोणते ऑपरेशन केले जाते?

अ] प्राथमिक मशागत

ब] <u>दुय्यममशागत</u>

क] डोक्याची जमीन नांगरणे

ड] मेळावा

13] कोणत्या प्रकारचे ऑपरेशन तण नष्ट करतात आणि त्यांची वाढ रोखतात?

अ] मशागतीचीक्रिया

ब] हिचिंग ऑपरेशन

C] रोटाव्हेटर ऑपरेशन

डी] बियाणे ड्रिलिंग ऑपरेशन

14] खालीलपैकी कोणते उपकरण मशागतीसाठी वापरले जाते?

अ] सब सॉइलर

ब] रोटाव्हेटर

क] हॅरोनांगरणे

डी] स्क्रॅपर

15] कृषी अवजाराचा प्रकार काय आहे?

अ] स्तर करणारा

B] साचाबोर्डनांगर

क] स्क्रॅपर

D] रीजर

1] मोल्डबोर्डच्या वाट्यामध्ये किती टक्के कार्बन असतो?

अ) ०]७०%-०]८०%

ब) ०]५०%-०]६०%

क) ०]३०%-०]४०%

ड) 0]10%-0]20%

2] एक बैल काढलेला देशी नांगर 2]4 KMPH वर काम करत आहे आणि वरच्या बाजूला 20 सेमी खोल आणि 20 सेमी रुंद माती कापत आहे] 5h मध्ये माती कापण्याचे प्रमाण मोजा]

a) 248 m3

b) 219 m3

c) 240 m3

d) 200 m3

3] बैलजोडी 15 सेमी रुंद आणि 5 सेमी खोल व्ही-आकाराचा फरो बनवताना 30° वर 100 किलो खेचतात] नांगरणीचा वेग 3 KMPH आहे] उपकरणावरील युनिट मसुदा काय आहे आणि अश्वशक्ती विकसित केली आहे बैलांनी?

अ) २]३१किलो/सेमीर; 0]96 HP

b) 2]11 kg/cm2; 0]86 HP

c) 2]56 kg/cm2; 0]98 HP

d) 3]11 kg/cm2; 0]76 HP

4] दुचाकी चालवणारा ट्रॅक्टर एक उपकरण खेचतो ज्यासाठी 12]5 KN चा मसुदा आवश्यक आहे] ट्रॅक्टरचा गती प्रतिरोध 4]5 KN आहे आणि ड्रायव्हर व्हीलची स्लिप 20%

आहे] प्रसारण कार्यक्षमता 0]8 आहे] इंजिन पॉवर ड्रॉबार पॉवरमध्ये रूपांतरित करताना गमावलेल्या पॉवरची टक्केवारी ______ आहे

अ) २६]४७%

ब) 36%

क) ४१]१८%

ड) ५२]९४%

5] मोल्डबोर्डच्या वाट्यामध्ये किती टक्के मँगनीज असते?

अ) ०]५०%-०]८०%

ब) ०]९०% -१%

क) ०]२०%-०]४०%

ड) ०]१०%-०]३०%

6] कोणत्या शेअरमध्ये विलग करण्यायोग्य तुकडा आहे?

अ) स्लिप शेअर

b) स्लिपनोजशेअर

c) शिन शेअर

ड) बार पॉइंट शेअर

7] कोणत्या मोल्डबोर्डमध्ये हलके वक्रता आहे जे अखंड फरो स्लाइस उचलते आणि उलटते?

अ) स्लॅट प्रकार

b) सामान्य उद्देश प्रकार

c) सॉडकिंवाब्रेकरप्रकार

ड) स्टबल प्रकार

8] गनेल हा भागाचा कोणता चेहरा आहे जो फरो भिंतीच्या बाजूने सरकतो?

अ) अनुलंब

ब) क्षैतिज

c) केंद्र

ड) समांतर

9] कोणता शेअर जीर्ण झाल्यास संपूर्ण शेअर बदलण्यात गैरसोय आहे?

अ) बार पॉइंट शेअर

ब) शिन शेअर

c) स्लिपनोज शेअर

ड) स्लिपशेअर

10] क्षैतिज सक्शन ______ नुसार बदलते

अ) ओढण्याची रेषा

b) नांगराचाआकार

c) मसुदा

ड) सत्तेचे केंद्र

16] कृषी अवजाराचे नाव काय आहे?

अ] सबसॉइलर

ब] फरो व्हील

C] डिस्क नांगर

D] मोल्ड बोर्ड नांगर

17] सब सॉइलरचे कार्य काय आहे?

अ] धान्य पिकांची काढणी

B] खालच्याअभेद्यकडकपॅनलातोडणे

क] फील्ड समतल करणे

D] मागील नांगर स्थिर करा

18] सिंगल स्टँडर्ड सब सॉइलरचा उद्देश काय आहे?

अ] उथळ ऑपरेशनसाठी वापरले जाते

ब] लेव्हलिंग ऑपरेशनसाठी वापरले जाते

C] खोलखोलीसाठीवापरलाजातो

D] खत वापरण्यासाठी वापरले जाते

19] सब सॉइलरच्या टांग्याला अनेक छिद्रे का असतात?

अ] पंखआणिस्वीपपकडणे

ब] स्नेहन साठी

C] वजन कमी करा

डी] मंजुरी प्रदान करा

20] शेतात पेंढा आणि हिरवळीचे खत घालण्यासाठी कोणत्या प्रकारची कृषी अवजारे वापरली जातात?

अ] हॅरोज

ब] रोटाव्हेटर

C] लागवड करणारा

ड] सब सॉइलर

21] कृषी अवजाराचा प्रकार काय आहे?

अ] शेती करणारा

ब] हॅरोज

C] रोटाव्हेटर

ड] सब सॉइलर

22] कोणत्या प्रकारचे रोटाव्हेटर ब्लेड तण मारतात आणि कमी पल्व्हराइजेशन करतात?

A] L - आकाराचेब्लेड

B] C- आकाराचे ब्लेड

C] स्पीड ब्लेड

D] सरळ चाकू ब्लेड

23] रोटाव्हेटरमध्ये जड ओल्या मातीसाठी कोणत्या ब्लेडची शिफारस केली जाते?

A] C- आकाराचेब्लेड

B] L - आकाराचे ब्लेड

C] सरळ चाकू ब्लेड

D] स्पीड ब्लेड

24] रोटाव्हेटरमध्ये लांब शँक ब्लेड वापरण्याचा उद्देश काय आहे?

अ] खोललागवडीसाठी

ब] शेत समतल करण्यासाठी

सी] बियाणे तयार करण्यासाठी

D] उथळ नांगरणी ऑपरेशनसाठी

25] कोरड्या आणि ओल्या अशा दोन्ही परिस्थितीत एकाच पासमध्ये बियाणे तयार करण्यासाठी कोणते कृषी अवजार वापरले जाते?

अ] स्क्रॅपर

ब] कापणी यंत्र

क] खंदक

D] रोटाव्हेटर

26] लागवडीचा उद्देश काय आहे?

A] प्राथमिक नांगरणी ऑपरेशनसाठी वापरले जाते

B] दुय्यम नांगरणी ऑपरेशनसाठी वापरले जाते

क] पंक्तीकॉर्प्सीमधीलमातीमशागतकरणे

डी] खोल लागवडीसाठी वापरला जातो

27] Tyne of cultivator बनवण्यासाठी कोणते साहित्य वापरले जाते?

अ] उच्चकार्बनस्टील

ब] सौम्य पोलाद

C] कमी कार्बन स्टील

D] स्टेनलेस स्टील

28] Tyne of cultivator मध्ये प्रदान केलेल्या दोन जड कॉइल स्प्रिंग्सचा उद्देश काय आहे?

अ] कुशनिंग इफेक्ट प्रदान करा

B] <u>अडथळ्याच्याबाबतीतनुकसानटाळा</u>

C] टायन कोन समायोजित करा

डी] सुरळीत ऑपरेशन प्रदान करा

29] कृषी यंत्राचे नाव काय आहे?

अ] डिस्क नांगर

B] साचा बोर्ड नांगर

C] <u>लागवडकरणारा</u>

D] डिस्क हॅरो

30] पृष्ठभागावरील बाष्पीभवन हानी टाळण्यासाठी कोणत्या प्रकारची कृषी अवजारे वापरली जातात?

अ] डिस्क नांगर

ब] रोटाव्हेटर

C] <u>लागवडकरणारा</u>

D] डिस्क हॅरो

1] कठिण तवा तोडण्यासाठी किंवा मातीचा एकमात्र थर नांगरण्यासाठी कोणता नांगर वापरला जातो?

अ) सबसॉयलर

b) <u>छिन्नीनांगर</u>

c) रोटाव्हेटर

ड) नांगर फिरवणे

2] मसुद्यावर गतीचा प्रभाव कसा व्यक्त केला जातो?

a) <u>Ds = D0 + KS2</u>

b) Ds = D0 – KS2

c) Ds = D0 * KS2

d) Ds = D0 / KS2

3] नांगराच्या उजव्या बाजूस सदैव चर उपलब्ध करून देण्यासाठी कोणती पद्धत/ पद्धती वापरली जाते?

अ) मेळावा

ब) कास्टिंग

c) <u>गोळाकरणेआणिकास्टकरणे</u>

ड) वरीलपैकी काहीही नाही

4] डिक्लिनिंग बॅलन्स पद्धत वापरून n वर्षांनंतर घसरलेले मूल्य काय आहे?

a) <u>D = P(1-r)n</u>

b) D = P(1/r)n

c) D = P(1*r)n

d) D = P(1+r)n

5] ब्रेक इव्हन पॉइंट म्हणजे काय?

अ) Uc = Fcx*Ox

b) Uc = Fcx+Ox

c) Uc = Fcx-Ox

ड) Uc = Fc*x*Ox

6] सरळ रेषेत घसारा मोजण्याचे सूत्र काय आहे?

a) D = P-SL*H

b) D = P+SL*H

c) D = P-SL+H

d) D = (PS)*(L*H)

7] गोल आणि गोल नांगरणी करण्याचे कोणते मार्ग आहेत?

अ) बाह्य टोकापासून सुरू होत आहे

b) केंद्रापासून सुरू होत आहे

c) बॅक फरोव्हिंग

ड) बाहेरीलटोकापासूनसुरूहोणाराआणिमध्यभागीसुरूहोणारा

8] शेअर विंगपासून प्रतिरोधक केंद्राचे अंतर किती आहे?

अ) नांगराचा 3/4 थाआकार

b) शेअरचा 3/4 था आकार

c) ट्रॅक्टरचा 3/4 था आकार

ड) बेडकाचा 3/4 था आकार

1] प्रत्येक दोन चकतींमधील गँग एक्सलवर बसवलेल्या फ्लँग्ड ट्यूबला शाफ्टवर पार्श्वभागी स्थिर स्थितीत ठेवण्यासाठी _______ म्हणतात.

अ) स्पूल

ब) टोळी

c) बेअरिंग

ड) स्क्रॅपर

2] कोणत्या डिस्क हॅरोमध्ये दोन टोळ्या एकत्र असतात आणि दोन एकमेकांच्या मागे बसवलेल्या असतात?

a) ट्रॅक्टर काढला

ब) ऑफसेट

c) टॅंडम

ड) दुहेरी क्रिया

31] हॅरोचा उपयोग काय आहे?

अ] लागवडीपूर्वीबियाणेतयारकरण्यासाठी

B] बियाणे तयार केल्यानंतर वापरले जाते

क] कठीण जमिनीत घुसण्यासाठी वापरले जाते

डी] खोल लागवडीसाठी वापरला जातो

32] टिलरमधून जास्त आवाज येण्याचे कारण काय आहे?

A] रोटरचा वेग खूप जास्त आहे

ब] गियरबॉक्सतेलाचीपातळीखूपकमीआहे

C] ब्लेड बोल्ट घट्ट नाही

D] माती काम करण्यासाठी खूप ओली आहे

33] कल्टिव्हेटरच्या चाकांमधून एंड प्ले कसा काढायचा?

अ] टेकअपवॉशरद्या

ब] संतुलित वजन द्या

C] बोल्ट आणि नट सह समायोजित करा

D] फावडे एकसमान खोलीत समायोजित करा

34] फावडे टायन्सने कसे सुरक्षित केले जातात?

अ] बोल्टआणिनटद्वारे

ब] riveting करून

C] वेल्डिंग करून

D] clamps द्वारे

35] सर्वसाधारणपणे हॅरोच्या डिस्क ब्लेडची जाडी किती असते?

A] 5 मिमी ते 11 मिमी

B] 3 मिमीते 9 मिमी

C] 7 मिमी ते 12 मिमी

D] 6 मिमी ते 12 मिमी

36] डिस्क हॅरोमध्ये 'स्पूल' बनवण्यासाठी कोणती सामग्री वापरली जाते?

अ] स्टेनलेस स्टील

B] उच्च कार्बन स्टील

क] कास्टलोह

ड] लोखंड

37] एकामागून एक टोळ्या ठेवलेल्या टोळ्यांच्या व्यवस्थेला काय म्हणतात?

अ] एकच क्रिया

ब] दुहेरीक्रिया

C] ऑफसेट व्यवस्था

D] बहु क्रिया

38] कोणता घटक डिस्क हॅरोच्या प्रवेशावर परिणाम करतो?
अ] हॅरोची जाडी
ब] हॅरोची व्यवस्था
सी] हॅरोचे साहित्य
ड] हॅरोचेवजन
39] हॅरोचा प्रकार काय आहे?
अ] स्पाइकटूथहॅरो
ब] स्प्रिंग टूथ हॅरो
C] ड्रॅग हॅरो
D] ब्लेड हॅरो
40] हॅरोचे नाव काय आहे?
अ] ड्रॅग हॅरो
ब] डिस्कहॅरो
C] ब्लेड हॅरो
D] ACME हॅरो
41] डिस्क हॅरो ब्लेडचा आकार काय असतो?
अ] उत्तल
ब] चौकोन
क] अवतल
D] त्रिज्यात्मक
3] ट्रॅक्टर काढलेल्या डिस्क हॅरोमधील डिस्कचा आकार किती असतो?
a) 20-30 सेमी व्यास
b) 10-30 सेमी व्यास
c) 90-110 सेमी व्यास
d) 35-70 सेमीव्यास
4] डिस्क हॅरोचे वजन किती असते?
अ) 80 ते 100 किग्रॅ
b) 30 ते 50 किग्रॅ
c) 10 ते 40 किग्रॅ
ड) 23 ते 56 किग्रॅ
5] टोळी कोनाची श्रेणी किती आहे?
अ) 29°-39°
ब) 34°-56°
c) 0°-27°

ड) 89°-100°

6] कोणता हॅरो चाकू हॅरो म्हणून ओळखला जातो?

अ) पटेल

b) स्प्रिंग टूथ हॅरो

c) त्रिकोणी हॅरो

ड) Acme हॅरो

7] बैलाच्या शक्तीने 8 तासांच्या एका दिवसात 1] 5 मीटर रुंदीच्या हॅरोने किती एकर झाकले जाऊ शकते] जर हॅरोच्या प्रत्येक अणकुचीदार 50 स्पाइक्स असताना 1 किलो प्रतिकार देत असेल तर] कोणत्या शक्तीची आवश्यकता असेल? बैल हारो ओढण्यासाठी?

अ) ०]५४४किलोवॅट

b) 0]987 KW

c) 0]123 KW

ड) ०]३३३ किलोवॅट

8] हॅरोचा वेग 5km/तास असताना 50 वेळा हॅरो खेचण्यासाठी कोणती शक्ती आवश्यक आहे, प्रत्येकाला 1 किलोचा प्रतिकार असतो.

a) 0]980 KW

ब) ०]२२३ किलोवॅट

c) 0]680 KW

ड) 1]902 किलोवॅट

1] खालीलपैकी कोणता प्रकार शेती करणारा नाही?

अ) डिस्क

ब) रोटरी

c) टाईन

ड) ऑफ-सेट

2] टायन अंतर 8 सेमी, कामाची खोली 5 सेमी आणि वेग 3 किमी/तास असलेला पाच-टाइन कल्टिव्हेटर आहे] टर्निंग लॉस 10% आहे] मातीची प्रतिकारशक्ती 0]6 किलो/सेमी 2] फरोची रुंदी 5 सेमी आहे] काय असेल कमाल मसुदा?

अ) 106 किलो

b) 120 किलो

c) 186 किलो

ड) 116 किलो

3] ट्रॅक्टरला 9-टाइन कल्टिव्हेटर जोडलेले आहे] फील्ड चाचणी करताना ड्रॉबार डायनामोमीटर सरासरी 14000 N ची ओढ दर्शविते] ट्रॅक्टरचा वेग 6 किमी प्रति तास आहे] ट्रॅक्टरची शक्ती शोधा]

अ) 24 किलोवॅट

b) 25 KW

c) 21]67 KW

ड) 23]33 किलोवॅट

4] फावडे च्या कटिंग कोन श्रेणी काय आहे?

अ) 15°-20°

ब) ३४°-३९°

c) 45°-49°

ड) 50°-60°

5] फनेलच्या तळाशी असलेल्या तीन उघड्यांद्वारे कोणता कोन तयार केला जातो?

अ) 110°

ब) 100°

c) 106°

ड) 120°

6] बदकाच्या पायाची लागवड करणाऱ्याचे परिमाण काय आहेत?

अ) 225 सेमीलांब; 60 सेमीरुंद; 7 स्वीप

ब) 106 सेमी लांब; 90 सेमी रुंद; 7 स्वीप

c) 120 सेमी लांब; 60 सेमी रुंद; 6 स्वीप

ड) 215 सेमी लांब; 50 सेमी रुंद; 10 स्वीप

7] हायड्रोलिक लिफ्टने बसवलेले ट्रॅक्टर कोणते शेतकरी चालवतात?

अ) अनुगामी शेती करणारा

b) माउंटेडकल्टिवेटर

c) स्प्रिंग लोडेड टायन्ससह लागवड करणारा

d) कडक टायन्स असलेले शेतकरी

8] कोणत्या कल्टीवेटरमध्ये, बोल्टचे ढिले आणि सरकवून टायन्समधील अंतर बदलले जाते?

a) कडकटायन्सअसलेलेशेतकरी

b) स्प्रिंग लोडेड टायन्ससह लागवड करणारा

c) बदकाच्या पायाची लागवड करणारा

ड) माउंटेड कल्टीवेटर

9] थ्री-टाइन कल्टिव्हेटरमध्ये टिनचे अंतर 6 सेमी, कामाची खोली 3 सेमी आणि वेग 2 किमी/तास आहे] टर्निंग लॉस 10% आहे] मातीचा प्रतिकार 0]6 किलो/सेमी 2] फरोची रुंदी 6 सेमी आहे] काय आवश्यक शक्ती असेल?

a) 0]54 KW

b) 0]23 KW

c) 0]17 KW

ड) 1 किलोवॅट

42] डिस्क हॅरोचा डिस्क गँग अँगल वाढल्याने काय परिणाम होईल?

अ] प्रवेश कमी करणे

B] आतप्रवेशकरणेसुधारणे

C] प्रभावी स्तरीकरण सुनिश्चित करा

ड] जमिनीची कठीण माती तोडणे

43] टणक आणि खडकाळ जमिनीत कोणत्या प्रकारचा हॅरो वापरला जातो?

अ] स्पाइक टूथ हॅरो

ब] स्प्रिंगटूथहॅरो

C] ड्रॅग हॅरो

D] डिस्क हॅरो

44] मोल्ड बोर्ड नांगराच्या तुलनेत डिस्क नांगराचा फायदा काय आहे?

अ] खोल लागवडीची सोय करा

B] जलदगतीनेक्षेत्रझाकूनटाका

C] वेग भिन्न असू शकतो

D] कठीण माती प्रभावीपणे तोडणे

45] डिस्क प्लो ऍक्सेसरीचे नाव काय आहे?

अ] तुळई

ब] हिचिंग युनिट

C] डिस्क असेंब्ली

D] मागील फरो व्हील

46] चकती नांगराचे कोणते कोन जमिनीत इच्छित प्रवेशासाठी जबाबदार असतात?

अ] क्रॉस शाफ्ट आणि क्रँक कोन

B] डिस्कआणिझुकावकोन

C] तुळई फ्रेम कोन

D] फरो व्हील आणि ग्राउंड व्हील अँगल

47] डिस्क नांगराचा शिफारस केलेला डिस्क आणि टिल्ट अँगल काय आहे?

A] 46° आणि 22°

B] 42° आणि 18°

C] 38° आणि 12°

D] 24° आणि 12°

48] कृषी अवजाराचा प्रकार काय आहे?

अ] बंध तयार करणारा

B] बेड शेतकरी

C] स्तर करणारा

ड] <u>खंदक</u>

49] कृषी अवजाराचे नाव काय आहे?

अ] खंदक

ब] टेरेसर

क] <u>बंधारातयारकरणारा</u>

ड] स्क्रॅपर

50] कृषी अवजाराचे नाव काय आहे?

अ] खोदणारा

ब] शेती करणारा

C] <u>टेरेसर</u>

ड] डंपर

51] कृषी अवजाराचे नाव काय आहे?

अ] खोदणारा

ब] <u>डंपर</u>

C] टेरेसर

ड] स्क्रॅपर

52] कोणती उर्जा प्रणाली छिद्र खोदल्यानंतर चालवते?

A] <u>हायड्रोलिकप्रणाली</u>

B] वायवीय प्रणाली

C] यांत्रिक प्रणाली

डी] विद्युत प्रणाली

53] पोस्ट होल डिगरचा उपयोग काय?

अ] <u>कुंपणाच्याखांबासाठीअनेकछिद्रेखणणे</u>

ब] खोल मशागत

क] पंक्ती कॉर्प्समधील माती मशागत करणे

D] फील्डची प्रतवारी आणि समतलीकरण

54] कृषी अवजाराचे नाव काय आहे?

अ] स्क्रॅपर

ब] <u>कीटकभोकखोदणारा</u>

C] लागवड करणारा

ड] डंपर

55] खडबडीत सपाट करण्यासाठी आणि उंच जागा कापण्यासाठी कोणती कृषी उपकरणे वापरली जातात?

अ] स्क्रॅपर

ब] डंपर

क] स्तर

ड] खोदणारा

56] स्क्रॅपरचा उपयोग काय आहे?

अ] मातीएकाठिकाणाहूनदुसऱ्याठिकाणीलोडकरणेआणिउतरवणे

ब] खोल मशागत

क] पंक्ती कॉर्प्समधील माती मशागत करणे

ड] गठ्ठा फोडून जमीन तयार करा

57] कृषी अवजाराचा प्रकार काय आहे?

अ] स्क्रॅपर

ब] डंपर

C] स्तर करणारा

D] लागवड करणारा

1] बीजन प्रक्रियेमध्ये बियाणे बेडमध्ये केलेल्या छिद्रांमध्ये ठेवून त्यावर झाकण ठेवतात?

अ) प्रसारण

ब) प्रत्यारोपण

c) डिब्बलिंग

ड) ड्रिलिंग

2] खालीलपैकी कोणता ड्रिलिंग प्रकार नाही?

अ) नांगराच्या मागे पेरणी

b) बैलांनी काढलेल्या बियाण्यांच्या कवायती

c) ट्रॅक्टरने काढलेली बियाणे ड्रिल

ड) पंक्तीलागवडतपासा

3] कोणत्या बियाणे मोजण्याच्या यंत्रणेमध्ये, फीड व्हीलला बारीक आणि खडबडीत रिबड फ्लँज दिले जातात?

अ) अंतर्गतडबलरनप्रकार

b) फ्लुटेड फीड प्रकार

c) सेल फीड यंत्रणा

ड) ब्रश फीड यंत्रणा

4] 5*22 सेमी आकाराच्या बैलांनी काढलेल्या सीड ड्रिलसह एक हेक्टर जमिनीची बीजन करण्याची किंमत मोजा] बैलांचा वेग 3 किमी/तास आहे] बैलांच्या भाड्याचे शुल्क? 100/- प्रति जोडी, बियाणे ड्रिलचे भाडे शुल्क आहे? ५०/- प्रतिदिन आणि ऑपरेटरचे वेतन ? 100/-

प्रति दिवस 8 तास]

अ) ? ८४] ८८

ब) ? ९४]६८

c) ? 110]90

ड) ? ३४]२९

5] फ्ल्युटेड फीड सीड ड्रिलमध्ये सिंगल डिस्क प्रकारचे आठ फ्युरो ओपनर असतात] फ्युरो ओपनर 25 सेमी अंतरावर असतात आणि मुख्य ड्राइव्ह व्हीलचा व्यास 120 सेमी असतो] सीड ड्रिलमध्ये मुख्य ड्राइव्ह व्हील किती वळण घेतात. एक हेक्टर क्षेत्र व्यापले?

अ) १३३३]३

ब) १६६६]६

क) १९९९] ९

ड) १२३४]५

6] पेरणीसाठी लागणारा वेळ मोजा 1]6 हेक्टर जमीन पाच चरांनी बियाणे ड्रिल 12] 5 सेमी खोल जाते] बियाणे ड्रिलचा वेग 3]2 किमी/तास आहे आणि बियाणे ड्रिलवर मातीचा दबाव 0 आहे]42 kg/cm2] फरो ओपनरमधील जागा 10 सेमी आहे आणि वळताना नुकसान 10% आहे]

अ) २१]०७ तास

ब) ९]८७ तास

क) २]३४ तास

ड) ११] ११तास

7] 7*17 सेमी सीड ड्रिलचे बियाणे दर/हेक्टर मोजा, ज्याचे मुख्य ड्राइव्ह व्हील 124 सेमी व्यासाचे आहे आणि 0]423 kg] मध्ये 20 आवर्तनांमध्ये गोळा केलेल्या धान्याचे एकूण वजन आहे.

अ) ४५]५८किग्रॅ

ब) 54]34 किलो

c) 90 किलो

ड) 23]78 किलो

8] प्रति हेक्टर 40000 झाडांच्या लोकसंख्येसह मक्याचे जास्तीत जास्त उत्पादन मिळते] ओळींमध्ये 140 सेमी अंतर आहे आणि सरासरी 85% उगवण्याची अपेक्षा आहे] जर टेकड्या 140 सेमी अंतरावर असतील तर प्रत्येक टेकडीवर किती बिया पेरल्या पाहिजेत?

अ) ९

ब) २

c) १०

ड) ११

9] उभ्या फिरणाऱ्या चकतीच्या परिघावर कोणत्या बियांचे मोजमाप करण्याच्या यंत्रणेमध्ये चमच्याचे कप असतात?

अ) कपफीडयंत्रणा

b) सेल फीड यंत्रणा

c) ब्रश फीड यंत्रणा

ड) पिकर व्हील यंत्रणा

10] मालोबन्सा कोणती बीजन पद्धत वापरते?

अ) प्रत्यारोपण

b) नांगराच्यामागेबियाणेसोडणे

c) पंक्ती लागवड तपासा

ड) टेकडी सोडणे

1] खालीलपैकी कोणता फरो ओपनरचा प्रकार नाही?

अ) फावडे प्रकार

ब) बूट प्रकार

c) डिस्क प्रकार

ड) ब्रशफीडप्रकार

58] लेव्हलरचे ब्लेड बनवण्यासाठी कोणती सामग्री वापरली जाते?

अ] उच्च कार्बन स्टील

ब] मध्यमकार्बनस्टील

C] कमी कार्बन स्टील

D] कमी स्टीलचे डाग

59] शेतात पाण्याचे समान वितरण करण्यासाठी कोणते कृषी उपकरण वापरले जाते?

अ] स्क्रॅपर

ब] डंपर

C] स्तरकरणारा

ड] टिलर

६०] माती तयार करणाऱ्या उपकरणाचे नाव काय आहे?

अ] डंपर

ब] स्तरकरणारा

क] स्क्रॅपर

D] भोक खोदणारा

61] ट्रेंचर्सचा उपयोग काय आहे?

अ] पाईपटाकणेआणिबोगदेतयारकरणे

ब] खोल मशागत

C] माती लोड करणे आणि उतरवणे

ड] औगरमधून चिखल साफ करा

62] डिचरच्या गियर बॉक्स युनिट आणि ट्रान्समिशन युनिटमध्ये नियतकालिक तेल बदल काय आहे?

अ] ३०तास

ब] ५० तास

C] 60 तास

डी] 80 तास

63] फरो ओपनरचा प्रकार काय आहे?

A] सिंगल डिस्क ओपनर

B] डबलडिस्कप्रकार

क] कुदळ प्रकार

D] शूचा प्रकार

64] फरो ओपनरचा उद्देश काय आहे?

अ] बियाणे मशीनमध्ये साठवण्यासाठी वापरले जाते

ब] जमिनीतएकसमानखोलीतएकफरोउघडा

C] खोल लागवडीसाठी वापरला जातो

D] बियांचा एकसमान प्रसार

65] खताचा कोणता भाग पेरणीत उच्च प्रमाणात एकसमानपणा सुनिश्चित करतो?

अ] सर्पिल नळ्या

ब] रबर ट्यूब

C] पॉलिथिन ट्यूब

D] दुर्बिणीच्यानळ्या

66] पॉलिथिन किंवा रबर ट्यूब खत लागू यंत्रामध्ये वापरण्याचा काय फायदा आहे?

अ] गुदमरणेआणिगुदमरणेसहजशोधतायेते

B] वापरात लवचिकता

C] सुलभ हाताळणी

D] वजन कमी करणे

67] खत ऍप्लिकेटरमध्ये सेरेटेड डिस्कचा फायदा काय आहे?

अ] गुरुत्वीय प्रवाह खत प्रतिबंधित करा

ब] स्थिर गती राखणे

क] खताचेछोटेगुच्छेकुस्करूनटाकणे

ड] खताचा एकसमान प्रसार करा

68] फेटिलायझर ऍप्लिकेटरमधील उपकरणाचे नाव काय आहे?

अ] स्पर व्हील

B] ग्राउंड व्हील

C] तारेचे चाक

डी] सेरेटेडडिस्क

69] खत उपयोजकाच्या स्पर व्हीलची रुंदी खाचापेक्षा जास्त का असते?

अ] उर्वरीतखताचागुरुत्वाकर्षणप्रवाहरोखा

ब] खताचा एकसमान प्रवाह द्या

C] स्पर व्हील अडकणे प्रतिबंधित करते

D] स्पर व्हीलचा वेग वाढवा

70] फेटिलायझर मीटरिंग यंत्राचे स्पर व्हील बनवण्यासाठी कोणती सामग्री वापरली जाते?

अ] कॅस्टिरॉन

ब] उच्च कार्बन स्टील

C] ॲल्युमिनियमकास्टिंग

D] स्टेनलेस स्टील

2] खालीलपैकी कोणता प्रकार फावडे नाही?

अ) उलट करता येण्याजोगा

b) भाला बिंदू

c) परस्परशक्ती

ड) एकल बिंदू

3] शू प्रकारच्या फरोची किमान कार्बन सामग्री आणि जाडी किती असते?

अ) 0]5% आणि 4 मिमी

b) 0]5% आणि 2 मिमी

c) 0]2% आणि 4 मिमी

ड) 0]8% आणि 8 मिमी

4] डिस्क प्रकारच्या फ्युरो ओपनरमध्ये बियाणे आणि खताच्या नळीचा किमान व्यास किती असतो?

अ) 30 मिमी

b) 45 मिमी

c) 60 मिमी

ड) 25 मिमी

5] कोणत्या फरो ओपनरला पायाचे बोट आणि 'T' आकाराचे स्क्रॅपर्स आहेत?

अ) उलट करता येण्याजोगा फावडे

b) डबल डिस्क प्रकार

c) भाला बिंदू फावडे

ड) <u>सिंगलडिस्कप्रकार</u>

6] बियाणे जोडणीसह कल्टिव्हेटरमध्ये वापरल्या जाणाऱ्या अवजारांची श्रेणी किती आहे?

अ) <u>600-700 मिमी</u>

b) 400-500 मिमी

c) 100-200 मिमी

ड) 900-1000 मिमी

7] प्लांटरमधील कोणते बियाणे मोजण्याचे साधन यंत्रणा फीड मेकॅनिझमच्या पेशींमधून अतिरिक्त बियाणे घासते?

अ) एज ड्रॉप

ब) <u>कापूनटाका</u>

c) बाद करा

ड) फ्लॅट ड्रॉप

8] बटाटा लागवड करणाऱ्या (अर्ध-स्वयंचलित) क्षेत्राची क्षमता किती आहे?

अ) <u>०]१५-०]२५हेक्टर/तास</u>

ब) ०]१०-०]१४ हेक्टर/तास

क) ०]४०-०]५५ हेक्टर/तास

ड) ०]०९-०]१४ हेक्टर/तास

9] कोणत्या प्लांटरच्या फ्लँजवर सहा सी-प्रकारचे ब्लेड असतात?

अ) बटाटा लागवड करणारा

b) कमी जमीन भात बी

c) तांदूळ ट्रान्स प्लांटर

ड) <u>ड्रिलपर्यंतशून्य</u>

10] बटाटा प्लांटर (स्वयंचलित) ची क्षमता किती आहे?

अ) 1000-4000 बटाटे/तास

b) 200-900 बटाटे/तास

c) <u>6000-14000 बटाटे/तास</u>

ड) 16000-32000 बटाटे/तास

१] भाताची लावणी किती उंचीवर करावी?

अ) 5-10 सेमी

b) <u>15-20 सेमी</u>

c) 45-50 सें.मी

ड) 30-35 सें.मी

२] उपसामान्य परिस्थितीत भाताचे अंतर किती असावे?

अ) <u>15*10 सेमी2</u>

b) 24*12 सेमी2

c) 34*24 सेमी2

ड) 8*12 सेमी2

71] कृषी अवजाराचे नाव काय आहे?

अ] <u>खतअर्जक</u>

B] मार्किंग रोलर

C] स्वयंचलित प्लँटर

D] ऊस लागवड करणारा

72] खत उपयोजकाचा आवश्यक घटक कोणता आहे?

अ] <u>अर्जाचादरसमायोज्यअसावा</u>

B] अर्जाचा वेग स्थिर असावा

क] खताचा वापर करणारा हा बांधकामात साधा असावा

डी] दोषपूर्ण भाग सहज बदलणे

73] फ्युरो ओपनर जड का होते आणि बियाणे आणि मातीसह प्लांटरमध्ये का जमा होते?

अ] खत योग्य प्रकारे मोजलेले नाही

ब] अयोग्य पेरणी दर

सी] <u>अयोग्यबियाणेतयारकरणे</u>

डी] बियाणे डिसप्लेसमेंट

74] भाजीपाला प्रत्यारोपणाच्या उलट ऑपरेशनमध्ये काय परिणाम होईल?

अ] फरो ओपनर बेंड असेल

B] <u>फरोओपनरमातीनेभरलेजाईल</u>

C] फरो ओपनर ब्रेक होईल

ड] बियांचे विस्थापन

75] पेरणीचा दर मोजण्यासाठी कोणते सूत्र वापरले जाते?

A] <u>किलोबियाणेप्रतिहेक्टर =(D x W)/P</u>

B] किलो बियाणे प्रति हेक्टर =(डी + डब्ल्यू)/पी

क] किलो बियाणे प्रति हेक्टर =(डी - डब्ल्यू)/पी

D] किलो बियाणे प्रति हेक्टर =(W - D)/P

76] कोणत्या लागवडीमुळे माती झपाट्याने कोरडे होते आणि जास्त ओलावा टाळतो?

अ] सपाट लावणी

ब] <u>बेडलावणी</u>

क] फरोज लावणी

D] फोड लावणे

77] कड्याच्या लागवडीसाठी कोणते पीक योग्य आहे?

अ] मका

ब] <u>कापूस</u>

क] ऊस

ड] बटाटा

78] मका पिकासाठी लागवडीची कोणती पद्धत अवलंबली?

अ] <u>सपाटजमीनलागवड</u>

ब] रिज लावणी

क] फरो लावणी

ड] उभ्या जमिनीची लागवड

79] ऊस लागवडीचा वेग किती असतो?

A] <u>0] 4 - 4 किमी/तास</u>

B] 0] 8 - 5 किमी/तास

C] 0] 6 - 7 किमी/तास

D] 0] 5 - 5 किमी/तास

80] भात पिकांच्या पंक्तीमधील अंतर किती आहे?

A] <u>20 x 10 सेमी</u>

B] 25 x 15 सेमी

C] 20 x 20 सेमी

D] 25 x 20 सेमी

81] लागवड करणाऱ्याचे नाव काय आहे?

अ] कॉर्न प्लांटर

ब] बटाटा लागवड करणारा

क] भात लागवड करणारा

D] <u>भाजीपालाट्रान्सप्लांटर</u>

82] भाजीपाला ट्रान्स प्लांटरमध्ये कलते प्रेस व्हीलचा उद्देश काय आहे?

अ] ट्रान्स प्लांटेशनमधील अंतर

ब] <u>मुळाभोवतीघट्टमाती</u>

C] झाडाची खोली राखणे

ड] लागवड खोली बदलणे

83] पॉवर टिलर बसवलेल्या भात लागवडीत ओळींमधील अंतर किती ठेवावे?

A] 10 सेमी

B] 15 सेमी

C] <u>20 सेमी</u>

D] 25 सेमी

84] मॅन्युअल भात ट्रान्स लावणीमध्ये ट्रे हालचालीची यंत्रणा कशी प्राप्त झाली?

अ] वर्म गियर आणि शाफ्टद्वारे

B] <u>साखळीआणिमुक्तचाकाद्वारे</u>

C] चाक आणि शाफ्टद्वारे

D] रॅक आणि पिनियनद्वारे

85] लागवड करणाऱ्याचे नाव काय आहे?

अ] ऊस लागवड करणारा

ब] <u>कापूसलागवडकरणारा</u>

C] बटाटा लागवड करणारा

D] दोन ओळीतील बहुपीक लागवड करणारा

3] कोणत्या भूमितीचा तणांवर परिणाम होतो?

अ) लागवड

b) त्रिकोणी

c) परिपत्रक

ड) <u>चौरस</u>

4] प्रत्येक टेकडीवर किती रोपे लावण्याची शिफारस केली जाते?

अ) <u>६-७</u>

ब) ७-८

c) <u>2-3</u>

ड) 5-6

5] भाताची लावणी खोली किती असावी?

अ) <u>2-3 सें.मी</u>

b) 4-5 सेमी

c) 8-9 सेमी

ड) 6-7 सेमी

6] भात ट्रान्स प्लांटर्स कोणत्या देशात विकसित केले गेले?

अ) भारत

ब) पाकिस्तान

c) चीन

ड) <u>जपान</u>

7] भात ट्रान्स प्लांटरचा कोणता भाग रोपांसाठी शेडच्या छताप्रमाणे काम करतो?

अ) <u>रोपांचीट्रे</u>

b) मोटर

c) रनिंग गियर

ड) गियर बॉक्स

8] प्लँटरची अचूकता ________ वर अवलंबून नाही

अ) सीड प्लेटची गती

b) हॉपर तळाचा आकार

c) बियाण्याच्या आकाराची एकसमानता

ड) <u>हवामान</u>

1] कोणता भाग ट्रॅक्टर काढतो अर्ध-माउंट किंवा आरोहित प्रकारचे मॉवर चालवतो?

अ) <u>पीटीओशाफ्ट</u>

ब) कटर

c) पिटमॅन

ड) गवत बोर्ड

2] मॉवरच्या ड्रायव्हिंग युनिटमध्ये कोणता क्लच वापरला जातो?

अ) द्रवपदार्थ जोडणे

ब) <u>कुत्र्याचेघट्टपकड</u>

c) घर्षण क्लच

ड) सिंगल प्लेट

3] प्रत्येक चाकू क्लिपमध्ये काय फरक आहे?

अ) 5-15 सेमी

b) 40-50 सें.मी

c) 35-45 सेमी

ड) <u>20-30 सें.मी</u>

4] प्रत्येक स्ट्रोकवर जेव्हा चाकूचा विभाग त्याच्या गार्डच्या मध्यभागी थांबतो तेव्हा त्याला काय म्हणतात?

अ) पुनर्बंधन

ब) मजबुतीकरण

c) <u>नोंदणी</u>

ड) बचाव

५] कापणीसाठी लागणारा एकूण वेळ मोजा २]५ हेक्टर गवत ४ किमी/तास वेगाने चालवल्या जाणाऱ्या २ मीटर मॉवरद्वारे] (फील्ड कार्यक्षमता=८०%)

अ) २]५ तास

ब) १]२ तास

c) 3]9 तास

ड) ७ तास

6] 1]2 मीटर मॉवर 4]8 किमी/तास वेगाने काम करत असल्यास, मॉवरची लांबी 50 किलो प्रति मीटर लांबी असल्यास आणि यांत्रिक कार्यक्षमता 80% असल्यास खेचण्यासाठी कोणत्या शक्तीची आवश्यकता आहे?

अ) 1 किलोवॅट

b) 0]98 KW

c) 0]23 KW

d) 2 KW

7] 4 मीटर कटर बारच्या सहाय्याने कंबाईनने 10 तास प्रतिदिन किती हेक्टर कापले जाऊ शकतात, जेव्हा ते 4 k/तास वेगाने चालू होते?

अ) १६हे

b) 20 हे

c) 28 हे

ड) 8 हे

8] मॉवरला 60 सेमी व्यासाचे ड्राईव्ह व्हील असते] क्रँक चाकाचा क्रँक 600 रेव्ह/मिनिट बनवतो जेव्हा ट्रॅक्टर चालवतो, 2]3 किमी/तास वेगाने जातो] जर क्रँक व्हीलमधील वेगाचे प्रमाण आणि लँड व्हील 27:1 मध्ये बदलले आहे, क्रँकचा समान वेग राखण्यासाठी मॉवरच्या गतीमध्ये वाढ मोजा]

अ) ०]१९ किमी/तास

ब) ०]६७ किमी/तास

c) 0]11 किमी/तास

ड) ०]२१किमी/तास

9] मॉवरचा कोणता भाग जमिनीच्या वरच्या कटाची उंची नियंत्रित करण्यासाठी वापरला जातो?

अ) लेजर प्लेट

b) प्लेट घालणे

c) शू

ड) गवत बोर्ड

86] प्लांटरचा प्रकार काय आहे?

अ] बटाटा लागवड करणारा

ब] सेमी ऑटोमॅटिक प्लांटर

क] ऊसलागवडकरणारा

ड] कापूस लागवड करणारा

87] सेमी ऑटोमॅटिक प्लांटरमध्ये बियाण्यातील अंतर कसे साधले जाते?

अ] चालणारे चाक बदलून

ब] <u>फीडरिंगबदलून</u>

C] फरो ओपनर समायोजित करून

D] कन्व्हेयर बेल्टची दिशा बदलून

88] लागवड करणाऱ्याचे नाव काय आहे?

अ] दोन ओळीतील बहुपीक लागवड करणारा

ब] तीन ओळीतील बहुपीक लागवड करणारा

C] <u>स्वयंचलितप्लँटर</u>

ड] कापूस लागवड करणारा

89] बटाटा लागवडीच्या पिकर व्हीलसह किती पिकर हात जोडलेले आहेत?

अ] <u>१२क्रमांक</u>

ब] 10 नग

C] 8 संख्या

D] 6 संख्या

90] प्लँटरचा प्रकार काय आहे?

अ] बटाटा लागवड करणारा

ब] तीन ओळीतील बहुपीक लागवड करणारा

क] ऊस लागवड करणारा

D] <u>दोनओळीतीलबहुपीकलागवडकरणारेयंत्र</u>

91] हॅपी सीडरच्या मशीनमध्ये जास्त कंपन होण्याचे कारण काय आहे?

अ] <u>तुटलेलेफ्लेलब्लेड</u>

B] PTO शाफ्ट आकर्षक नाही

C] बियाणे / खताची पेटी रिकामी

डी] खत fluted रोलर अवरोधित आहे

92] हॅपी सीडरमध्ये दीमक आक्रमणापासून संरक्षण करण्यासाठी बियाण्यासोबत किती क्लोरोपायरोफॉस घालावेत?

A] 2 मिली/किलो बियाणे

बी] 3 मिली / किलो बियाणे

सी] <u>4 मिली / किलोबियाणे</u>

डी] 5 मिली / किलो बियाणे

93] हॅपी सीडरचा कोणता भाग जमिनीत फ्युरो ओपनर घालण्याचे नियमन करतो जेणेकरून बियाणे इच्छित खोलीवर ठेवता येईल?

अ] ड्राइव्ह व्हील

B] <u>दोनखोलीनियंत्रणचाके</u>

C] P] T] O शाफ्ट

ड] फ्लेल शाफ्ट

94] हॅपी सीडरमध्ये खताची पेटी कुठे बसवली जाते?

A] फ्रेमचीपुढचीबाजू

B] फ्रेमची मागील बाजू

C] फ्लेल शाफ्ट जवळ

D] फ्रेमचा वरचा भाग

95] हॅपी सीडरमध्ये फ्युरो ओपनरच्या फ्लेल ब्लेड्सचा उद्देश काय आहे?

अ] फरोओपनरस्वच्छकरा

B] टायन्स धारदार करा

सी] बियाणे एकसारखे वितरित करा

ड] खत समान प्रमाणात द्या

96] हॅपी सीडरमध्ये फरो ओपनरचे कार्य काय आहे?

अ] ड्रिलकरूनबियाणेआणिखतठेवा

ब] कापणी केलेला भाताचा पेंढा एकत्र पसरवा

C] खताचा वापर नियंत्रित करा

ड] बियाणे मशीनमध्ये साठवा

97] कोणते कृषी अवजारे एका यंत्रात खोडाचे आच्छादन आणि बियाणे खोदणे एकत्र करते?

अ] शेती करणारा

ब] आनंदीबीजक

सी] हाताने बियाणे ड्रिल

D] रोटाव्हेटर

98] खडबडीत यांत्रिक हाताळणीमुळे बियाणे सहजपणे खराब झालेल्या पिकांसाठी ड्रिलमध्ये कोणत्या प्रकारचे बियाणे आणि खत यंत्र वापरले जाते?

अ] कपप्रकार

ब] कुदळ प्रकार

C] स्टब रनर प्रकार

D] पूर्ण धावपट्टू प्रकार

99] मीटरिंग यंत्रामध्ये वेगवेगळ्या आकाराच्या बियांसाठी काय तरतूद केली आहे?

अ] समायोज्यस्प्रिंगलोडेडबॅफलप्लेट

ब] फ्लुटेड रोलर

C] अनुदैर्ध्य चर

D] चौरस शाफ्ट

1] 4 किमी/तास वेगाने चालवल्या जाणाऱ्या 2 मिमी मॉवरद्वारे 4 हेक्टर गवत कापण्यासाठी लागणारा एकूण वेळ काढा] मॉवरची फील्ड कार्यक्षमता 75% मानू?

अ) ४] ६७ तास

ब) ५]६७ तास

क) ६] ६७तास

ड) ७]६७ तास

2] खेचण्यासाठी कोणती हॉर्सपॉवर लागेल 1]2 मीटर मॉवर 5 किमी/मी या वेगाने काम करणाऱ्या मॉवरची यांत्रिक कार्यक्षमता 85% आहे?

अ) १] ५६

ब) २]५६

क) ३]५६

ड) ४]५६

3] 4]5 किमी/तास वेगाने आणि 4 मीटर कटर बारने चालवल्या जाणाऱ्या मॉवरद्वारे दररोज 15 तासांत किती हेक्टर गवत कापले जाऊ शकते]

अ) २०

b) 22

c) २७

ड) १६

4] मॉवरचे 60 सेमी व्यासाचे चाक असते] क्रँक चाक 550 आरपीएम बनवते, जेव्हा ट्रॅक्टर 2 किमी/तास वेगाने चालवते] क्रँक व्हील आणि लँड व्हील यांच्यातील गती गुणोत्तर 27 वर बदलल्यास :1, क्रँकचा समान वेग राखण्यासाठी मॉवरच्या गतीतील वाढीची गणना करा]

अ) ०]२० किमी/ता

ब) ०]३०४किमी/ता

c) 1]402 किमी/ता

ड) १]३६ किमी/ता

5] 2m मॉवर 3]5 किमी/ताशी या वेगाने कार्यरत आहे ज्याची एकूण कार्यक्षमता 75% आहे] त्याद्वारे व्यापलेल्या क्षेत्राची हेक्टरी गणना करा]

अ) ०]५२५

ब) ०]६२५

क) ०]७२५

ड) ०]८२५

6] कापूस पिकरची प्रत्येक स्पिंडल एका साखळी पट्ट्याच्या व्यवस्थेसाठी पिकिंग झोनमध्ये किती आवर्तने करेल ज्यामध्ये स्पिंडलचा वेग 1400 rpm असेल आणि 100

सेमी पुढे प्रवास करताना पिकिंग झोनमध्ये राहील]

अ) ५०

ब) २१

c) ४५

ड) ११

7] PTO द्वारे 0]4 m/dsc च्या शाफ्टसह 6 डिस्कसह एक डिस्क प्रकार मॉवर चालवला जातो] कापण्यासाठी लागणारी विशिष्ट ऊर्जा 2] 1 KJ/m2 आहे आणि हवेतील खडखडाट आणि गीअर ट्रेनच्या घर्षणामुळे विशिष्ट शक्तीचे नुकसान होते. कटिंग रुंदी 2 kw/m आहे] ट्रॅक्टरसह मॉवरला 2 KN ची प्रोपेलिंग फोर्स आवश्यक असल्यास 3 किमी/तास वेगाने Kw मध्ये पुढे जाण्यासाठी एकूण उर्जा आवश्यक आहे ____

अ) १०] ६७

ब) २०] ६७

क) ३०] ६७

ड) ४०]६७

8] खालीलपैकी सर्वात सामान्य कापणी ____________ आहे

अ) रेसिप्रोकेटिंगमॉवर

b) लॉन मॉवर

c) दंडगोलाकार मॉवर

ड) क्षैतिज मॉवर

9] टोळी कापणारा हा ____________ चा गट आहे

अ) 2 किंवाअधिकदंडगोलाकारमॉवर

b) 5 मॉवर

c) 2 मॉवर

ड) 10 मॉवर

10] फ्लेल मॉवरमध्ये, कटिंग विभागात ________________ समाविष्ट असतो

अ) कटर बार

b) स्विंगिंगचाकू

c) स्थिर चाकू

d) केवळ परस्पर बोटांनी

11] मॉवरच्या कटर बारमध्ये, चाकूचे डोके ____________ ला जोडलेले असते.

अ) चाकूपरत

ब) कटर एंड

c) कटिंग एजचा प्रारंभ बिंदू

ड) परस्पर बोटे

12] मॉवरमध्ये, गवत बोर्ड ____________ येथे प्रदान केला जातो
अ) <u>कटरएंड</u>
ब) चाकूचा शेवट
c) चाकू परत
ड) परस्पर बोटे
13] मॉवरच्या कटर बारमध्ये, चाकूचे भाग ____________ वर परत आणले जातात
अ) <u>चाकूपरत</u>
b) परस्पर बोटांनी
c) स्थिर बार
ड) दंडगोलाकार ड्रम
14] मॉवरमध्ये, पिटमॅन गती ____________ पर्यंत प्रसारित करतो
अ) <u>चाकूचेडोके</u>
ब) चाकू मधला
c) चाकू परत
ड) चाकूचा शेवट
15] प्रथम लॉन मॉव्हरचा शोध कोणी लावला?
अ) अल्बर्ट आईन्स्टाईन
ब) बझ ऑल्ड्रिन
c) <u>एडविनबडिंग</u>
ड) युरी गागारिन
100] बियाणे आणि खत मोजण्याचे साधन कोणते आहे?
अ] <u>फ्लुटेडफीडप्रकार</u>
ब] कप प्रकार
C] इंटर्यूस डबल रम प्रकार
D] सब रमर प्रकार
101] सीड ड्रिलचा प्रकार काय आहे?
A] रबर बेल्ट अचूक सीडर
B] हाताने बियाणे ड्रिल
सी] <u>झिरोट्रड्रिलसीडकमखतड्रिल</u>
D] वायवीय बियाणे ड्रिल
102] बियाणे सह खत ड्रिलमध्ये पेरलेल्या बियाण्याचे प्रमाण कसे बदलले जाते?
अ] <u>रोलरबाजूलाहलवून</u>
ब] रोलर वरच्या बाजूला सरकवून
C] रोलरच्या खालच्या बाजूला सरकवून

D] रोलरला उलटा हलवून

103] सीड ड्रिलचा प्रकार काय आहे?

अ] <u>ड्रिलपर्यंतपट्टी</u>

B] रबर बेल्ट अचूक सीडर

C] केंद्रापसारक बियाणे ड्रिल

ड] हँड सीड ड्रिल

104] आधीच तयार केलेल्या शेतात गहू आणि इतर तृणधान्य पिकांच्या पेरणीसाठी कोणत्या प्रकारचे स्पीड ड्रिल वापरले जाते?

A] रबर बेल्ट अचूक सीडर

ब] ड्रिल पर्यंत पट्टी

सी] <u>झिरोट्रिलसीडकमखतड्रिल</u>

D] केंद्रापसारक बियाणे ड्रिल

105] सेल व्हील प्रिसिजन सीडरमध्ये रिपेलर व्हीलचे कार्य काय आहे?

अ] <u>सुपरफ्लुअसबियाकाढूनटाकते</u>

ब] बियाणे एकसमान वितरण सुनिश्चित करा

C] बिया तळाशी पडतील याची खात्री करा

D] अचूक ड्रिलिंग प्रदान करा

106] सीड ड्रिलचे नाव काय आहे?

अ] केंद्रापसारक बियाणे ड्रिल

B] हाताने बियाणे ड्रिल

C] <u>वायवीयबियाणेड्रिल</u>

D] ड्रिल पर्यंत पट्टी

107] सीड ड्रिलचा प्रकार काय आहे?

अ] हँड सीड ड्रिल

B] <u>केंद्रापसारकबियाणेड्रिल</u>

C] वायवीय बियाणे ड्रिल

D] ड्रिल पर्यंत पट्टी

108] मॅन्युअली ऑपरेट केलेले सीड ड्रिल कोणते आहे?

अ] केंद्रापसारक बियाणे ड्रिल

B] वायवीय बियाणे ड्रिल

सी] <u>हातानेबियाणेड्रिल</u>

D] सेल व्हील प्रिसिजन सीडर

109] सीड ड्रिलचे कार्य काय आहे?

अ] ट्रान्स लावण्यासाठी अनेक छिद्रे खोदणे

B] <u>बियाणेइजानहोताएकसमानथेंब</u>

C] फील्डची प्रतवारी आणि समतलीकरण

ड] गठ्ठे तोडणे

1] कोणते स्प्रेअर सहसा अंतर्गत ज्वलन इंजिनसह चालवले जातात?

अ) <u>पॉवरस्प्रेअर</u>

b) हायड्रोलिक स्प्रेअर

c) व्यावसायिक स्प्रेअर

ड) फूट स्प्रेअर

2] पॉवर स्प्रेअर कोणत्या दाबाने चालवले जातात?

a) 68-103 kg/cm2

b) <u>20-55 kg/cm2</u>

c) 106-141 kg/cm2

d) 120-155 kg/cm2

3] पॉवर स्प्रेअरमध्ये आंदोलकाचा फिरण्याचा वेग किती असतो?

अ) 400-500 रेव्ह/मि

b) 900-1000 rev/min

c) 600-700 रेव्ह/मिनिट

ड) <u>100-200 रेव्ह/मि</u>

4] कोणत्या नोझलमध्ये अरुंद लंबवर्तुळाकार स्प्रे पॅटर्न तयार होतो?

अ) पोकळ शंकू नोजल

b) घन शंकू नोजल

c) <u>फॅनटाईपनोजल</u>

ड) नोजल बॉस

5] फॅन नोजलचा ऑपरेटिंग प्रेशर, जो अवांछित आहे ______ आहे

अ) 1]2 kg/cm2

b) <u>1]5 kg/cm2</u>

c) 9 kg/cm2

d) 5]9 kg/cm2

6] कोणते नोजल लहान श्रेणीत संपूर्ण क्षेत्र व्यापते?

अ) <u>घनशंकूनोजल</u>

b) फॅन नोजल

c) पोकळ शंकू

ड) नोजल टीप

7] पॉवर स्प्रेअरचा कोणता भाग गंज टाळण्यासाठी वापरला जातो?

अ) आंदोलक

ब) गाळणारा

c) प्राइम मूव्हर

ड) टाकी

8] पॉवर स्प्रेअरचा कोणता भाग द्रवपदार्थाला इच्छित स्प्रेमध्ये तोडण्यासाठी आणि वनस्पतींना देण्यासाठी वापरला जातो?

अ) बूम

ब) नोजल

c) गाळणे

ड) दाब मापक

9] अल्ट्रा लो व्हॉल्यूम स्प्रेअरमध्ये मोटरला जोडलेल्या स्पिनिंग डिस्कचा दर काय आहे?

अ) 4000-9000

b) 1000-3000

c) 750-1000

ड) 10000-15000

10] जगातील पहिले स्वयं-चालित स्प्रेयरचा शोध कोणी लावला?

अ) रेहॅगी

ब) एलोन मस्क

c) जॉन डीरे

ड) राहेल कार्सन

11] आल्ड्रिन हा ________ आहे

अ) अजैविक संयुग

b) स्प्रे मटेरियल म्हणून तेल कंपाऊंड

c) फवारणीसामग्रीम्हणूनसेंद्रियसंयुग

ड) उपाय

12] हायड्रो-न्यूमॅटिक स्प्रेअरची टाकी क्षमता, सुमारे ________ आहे

अ) ११३५]५लि

b) 2000 l

c) 750 l

d) 1000 l किंवा कमी

13] नॅपसॅक स्प्रेअर वापरुन, एक माणूस सुमारे __________ क्षेत्रावर फवारणी करू शकतो

अ) दररोज 1 हेक्टर

b) 0]75 हेक्टर प्रतिदिन

c) 1]25 हेक्टर प्रतिदिन

ड) 0]4 हेक्टरप्रतिदिन

14] डस्टरचा शोध कोणी लावला?

अ) एच]डी] नॉर्मन

ब) सी]ई] रामसेर

c) सुसानहिबार्ड

ड) W]H] स्लीपर

15] ट्रॅक्टर स्प्रेअरला 20 पोकळ शंकूच्या नोझल्सने 200 ली./तास अर्जाचा दर बसवला आहे] कॅलिब्रेशन चाचणी दरम्यान, नोजलचा प्रवाह दर 1]25 लि/मिनिट असल्याचे आढळून आले, तर रेट केलेला नोजल प्रवाह दर आढळला. to be 0]473 l/min 275 kPa वर उपलब्ध होता] जर नोझलने 1 Mg Pascal वर 200 μm आकारमानाचा मध्यम व्यास असलेले थेंब निर्माण केले, तर इच्छा प्रवाह दराने थेंब किती आहे?

a) 161 μm

b) 164 μm

c) 167 μm

d) 170 μm

1] पॉवर टिलर ___________ आहे

अ) प्राइममॉवर

b) फळबागा कापण्याची मशीन

c) लहान ट्रॅक्टर

ड) गार्डन ट्रॅक्टर

2] खालीलपैकी कोणता देश अधिक पॉवर टिलर वापरतो?

अ) भारत

ब) जपान

c) रशिया

ड) अमेरिका

3] भारतात पॉवर टिलरची सुरुवात कधी झाली?

अ) १९६३

ब) 1950

c) 1940

ड) १९८१

4] रॉकेल ऑइल ऑपरेट पॉवर ___________ आहे

अ) कुबोटा

ब) कृषी

c) इसेस्की

ड) मित्सुबिशी

5] पॉवर टिलरमध्ये ___________ मधून वीज मिळते

अ) I]C] इंजिन

b) पॉवररिम

c) गॅसोलीन

ड) कोळसा

6] पॉवर टिलरमध्ये, टिलिंग संलग्नक ______ कडून शक्ती प्राप्त करते

अ) मुख्यक्लच

b) टिलिंग क्लच

c) PTO

ड) ट्रान्समिशन गियर

7] मोठ्या पॉवर टिलरमध्ये, मुख्य क्लचचा प्रकार वापरला जातो __________

a) घर्षणक्लच

ब) रबर क्लच

c) व्ही-बेल्ट क्लच

ड) लेदर क्लच

8] पॉवर टिलरमध्ये, सर्वात जास्त वापरला जाणारा ब्रेक ___________ आहे

अ) आतील बाजूच्या विस्ताराचा प्रकार

b) घर्षणप्रकार

c) बूट प्रकार

ड) रबर प्लेट प्रकार

९] पॉवर टिलरमध्ये, स्टीयरिंग क्लच लीव्हर शक्य आहे ___________

अ) उजव्याआणिडाव्याहँडलच्यापकडीवर

b) उजव्या हँडलवर

c) डाव्या हँडलवर

ड) ड्रायव्हर सीटच्या समोर

10] पॉवर टिलरचे उपयुक्त आयुष्य __________ आहे

अ) 10 वर्षे

ब) 15 वर्षे

c) 5 वर्षे

ड) 2 वर्षे

11] ISEKI निर्मित पॉवर टिलरचा HP ___________ आहे

अ) ८

ब) ७

c) 5-7

ड) ९

12] पॉवर टिलरमध्ये इंजिनपासून मुख्य क्लचपर्यंत शक्ती प्रसारित करण्यासाठी बेल्ट वापरला जातो ___________

अ) व्ही-बेल्ट

b) लेदर बेल्ट

c) कॅनव्हास बेल्ट

ड) सपाट पट्टा

13] पॉवर टिलरमध्ये, चाकाला __________ कडून शक्ती मिळते

अ) टिल्टिंग क्लच

b) स्टीयरिंगक्लच

c) मुख्य क्लच

ड) PTO

14] पॉवर टिलरमध्ये, इंजिन प्रथम __________ ला शक्ती प्रसारित करते

अ) मुख्यक्लच

ब) चाके

c) स्टीयरिंग क्लच

ड) ट्रान्समिशन गियर

118] क्षमता प्रभावित होत नाही ...

अ] प्लेट क्षेत्र

ब] प्लेट्समधील अंतर

क] द्वंद्वात्मक साहित्य

ड] वारंवारता

119] कॅपेसिटरची कॅपेसिटिव्ह प्रतिक्रिया बदलते...

अ] थेट वारंवारता सह

ब] वारंवारतेसहउलट

सी] थेट लागू व्होल्टेजसह

डी] लागू व्होल्टेजसह उलट

120] एका कॅपेसिटरला 6 व्होल्ट्स लावल्यावर 3 कूलॉम्ब चार्ज प्राप्त होतो] त्याची कॅपॅसिटन्स आहे ...

A] 0] 5 फरद

ब] 3 फराद

क] 3 फराद

ड] 18 फराद

121] एक कॅपेसिटर 200 व्होल्ट एसी लाईनवर जोडलेला असतो, त्याची किमान व्होल्टेज रेटिंग असावी...

अ] 100 व्होल्ट

ब] 200 व्होल्ट

C] <u>300 व्होल्ट</u>

ड] 400 व्होल्ट

122] ओममीटरने कॅपेसिटरची चाचणी करताना, मीटर काही प्रतिकार दर्शवतो] चाचणी अंतर्गत कॅपेसिटर आहे...

अ <u>] गळती</u>

ब] उघडा

क] चांगले

ड] लहान

123] 80 मायक्रो फॅराड कॅपेसिटरसह मालिकेत जोडलेल्या 40 मायक्रो फॅराड कॅपेसिटरची एकूण कॅपेसिटन्स आहे...

A] <u>26] 7 मायक्रोफॅराड</u>

ब] 40 मायक्रो फॅराड

C] 60] 6 मायक्रो फॅराड

ड] 120 मायक्रो फॅरड

124] 3 मायक्रो फॅराड कॅपेसिटरपैकी 3 नग मधून 1 मायक्रो फॅराड कॅपेसिटर मिळविण्यासाठी आपल्याला कनेक्ट करावे लागेल ...

अ] सर्व समांतर

ब] <u>सर्वमालिका</u>

C] 2 मालिका आणि एक समांतर

D] वरीलपैकी काहीही नाही

125] R आणि C असलेल्या AC मालिकेतील सर्किटमध्ये कॅपेसिटरमधून वाहणारा विद्युतप्रवाह असेल...

अ] व्होल्टेज मागे पडणे

ब] <u>व्होल्टेजअग्रगण्य</u>

सी] व्होल्टेजसह टप्प्यात

D] वरीलपैकी काहीही नाही

126] आरसी सिरीज सर्किटमध्ये पुरवठ्याची वारंवारता वाढल्यास कॅपेसिटिव्ह रिऍक्टन्स असेल

अ] <u>कमीकेले</u>

ब] वाढले

क] कोणताही परिणाम होत नाही

D] वरीलपैकी काहीही नाही

127] पॉवर कंपन्यांना पॉवर फॅक्टरमध्ये सुधारणा करण्यात रस आहे

अ] रेषाप्रवाहकमीकरा

ब] मोटर कार्यक्षमता वाढवा

C] व्होल्ट-अँपिअर वाढवा

ड] शक्ती कमी करणे

128] कॅपेसिटर AC मोटर लोडचे पॉवर फॅक्टर मूल्य वाढवते जेव्हा ते जोडलेले असते...

अ] मोटरसह मालिकेत

ब] स्टार्टरसह मालिकेत

C] मोटरच्यासमांतर

डी] मुख्य वळण असलेल्या मालिकेत

129] सामान्यतः, इनॅन्डेन्सेंट लाइटिंग सर्किटचा पॉवर फॅक्टर असतो]]

अ] ०

ब] ०] ५

क] ०] ७०७

ड] १] ०

130] जेव्हा आरएलसी मालिका सर्किटमध्ये विद्युतप्रवाह निश्चित करण्यासाठी एकट्या प्रतिकाराचा वापर केला जातो, तेव्हा सर्किट...

अ] एक प्रेरक सर्किट

ब] एक कॅपेसिटिव्ह सर्किट

क] एक संयोजन सर्किट

डी] एकरेझोनंटसर्किट

131] प्रेरक अभिक्रिया थेट]] शी संबंधित आहे

अ] प्रतिकार

ब] वारंवारता

क] कॅपेसिटन्स

ड] शक्ती

132] पॉवर फॅक्टर सुधारण्यासाठी सिंक्रोनस मोटर वापरली जाते तेव्हा ...

अ] उत्तेजित

ब] अतिउत्साहीत

क] भारित

ड] लोड न करता धावणे

133] RL समांतर सर्किटमध्ये, एकूण विद्युत् प्रवाहाच्या विरोधाला...

अ] प्रतिक्रिया

ब] प्रतिकार

C] सदिश बेरीज

ड] प्रतिबाधा

134] AC समांतर RL सर्किटमध्ये, पॉवर येथे विसर्जित होते

अ] प्रतिबाधा

ब] प्रतिकार

क] अधिष्ठाता

ड] कॅपेसिटन्स

1] मायस्टो हँड हा कोणत्या स्प्रेअरचा प्रकार आहे?

a) स्टिरप पंप प्रकार

b) हँडअॅटॉमिझरप्रकार

c) बादली स्प्रेअर

ड) बूम प्रकारचे फील्ड स्प्रेअर

2] कोणते स्प्रेअर ऑपरेटरच्या पाठीमागे वाहून नेले जाते?

अ) नॅपसॅकप्रकार

ब) स्टिररप पंप प्रकार

c) रॉकेट स्प्रेअर

ड) बकेट स्प्रेअर

3] वेन प्रकार किंवा प्रोपेलर प्रकार कोणत्या प्रकारचे पंप आहेत?

अ) पिस्टन पंप

b) केंद्रापसारक पंप

c) उच्चआवाजपंप

ड) रोटरी पंप

4] 30 kg/cm2 दाबाने 30 लिटर/मिनिट दराने द्रव सोडण्यासाठी आवश्यक असलेली पाण्याची शक्ती किती असेल?

अ) २]३९ किलोवॅट

b) 9]86 KW

c) 1] 47 KW

ड) २]०८ किलोवॅट

5] पॉवर स्प्रेअरची सक्शन क्षमता शोधा जर व्यास 25 मीटर असेल, वेग 1100 रेव्ह/मिनिट स्ट्रोकची लांबी 22 मिमी असेल, प्लंगरची संख्या 3 असेल]

अ) ३५]६१लि/मिनिट

ब) 23]90 लि/मिनिट

c) 56]89 l/min

ड) 35]47 लि/मि

6] हँड ॲटोमायझरचा वापर ________ मध्ये फवारणीसाठी केला जातो

अ) फळबागा

ब) शेतातील पीक

c) रोपवाटिका

ड) जंगले

7] रबराच्या नळीमधून रसायनाचा प्रवास केल्यावर दाब कोठे कमी होतो?

a) पॉवर स्प्रेअरच्या डिस्चार्ज भागात

ब) रबरीनळीच्याशेवटी

c) swirl प्लेट येथे

ड) स्प्रे गनवर

8] पंप कार्यक्षमता म्हणजे काय?

a) P]E] = वॉटर हॉर्स पॉवर * शाफ्ट हॉर्स पॉवर

b) P]E] = वॉटर हॉर्स पॉवर - शाफ्ट हॉर्स पॉवर

c) P]E] = वॉटर हॉर्स पॉवर + शाफ्ट हॉर्स पॉवर

ड) P]E] = वॉटरहॉर्सपॉवरशाफ्टहॉर्सपॉवर

9] स्त्रोताच्या पाण्याच्या पृष्ठभागापासून पंपच्या आउटपुटपर्यंतचे अंतर __________ म्हणून ओळखले जाते

अ) एकूणडोके

ब) क्रँक हँडल

c) नोजल

ड) प्रवाह दर

10] पंपामध्ये, सक्शन व्हॉल्यूम 25 लिटर/मिनिट आहे आणि पंप कार्यक्षमता 85% आहे] 35kg/cm2 च्या दाबाने शाफ्ट पॉवरची गणना करा

अ) २]६५ किलोवॅट

ब) ३]४५ किलोवॅट

c) 1]67 KW

ड) 1]10 किलोवॅट

110] ठिबक सिंचनामध्ये कोणत्या प्रकारचे उपकरण वापरले जाते?

A] डिस्कफिल्टर

B] स्क्रीन फिल्टर

C] मीडिया फिल्टर

D] शंकूच्या आकाराचे फिल्टर

111] स्प्रिंकलर सिंचन प्रणालीचा फायदा काय आहे?

अ] प्राइमिंग आवश्यक नाही

ब] एअर लॉक रिमोटची शक्यता

C] पाण्याचाकार्यक्षमवापर

D] मोठा वितरण प्रवाह प्राप्त झाला

112] सिंचन प्रणालीमध्ये कोणत्या प्रकारचे आपत्कालीन शट ऑफ व्हॉल्व्ह वापरले जातात?

अ] गेटव्हॉल्व्ह

B] प्रेशर रिलीज व्हॉल्व्ह

C] सुई झडप

D] झडप तपासा

113] सिंचन झडपाचा उद्देश काय आहे?

अ] पाणीपुरवठाआणिनियंत्रण

ब] सतत दबाव ठेवा

C] पाण्याचा प्रवाह कमी करा

D] द्रवपदार्थाचा परत प्रवाह रोखणे

114] सेंट्रीफ्यूगल पंप बंद करण्यापूर्वी डिस्चार्ज व्हॅल्यू का बंद केले जाते?

A] एअर लॉक प्रतिबंधित करा

ब] चेक मूल्याचे नुकसान टाळा

C] पाण्याचाहातोडारोखणे

डी] इंपेलरचे नुकसान टाळा

115] सेंट्रीफ्यूगल पंप उभारताना तळाशी आणि बाजूंनी किती अंतर राखले पाहिजे?

A] 50 सेमी

B] 60 सेमी

C] 80 सेमी

D] ८५ सेमी

116] मल्टी-स्टेज पंपमध्ये प्रदान केलेल्या डिफ्यूझर व्हॅन्सचा उद्देश काय आहे?

अ] कामाचा दबाव वाढवा

B] दाबाचेएकसमानवितरणप्रदानकरा

C] कामाचा दाब कमी करा

D] द्रव प्रवाहाचे नियमन करा

117] सिंचन पंपाचा प्रकार काय आहे?

अ] एकलखंड

ब] दुहेरी व्हॉल्युट

C] रोटरी पंप

D] सकारात्मक विस्थापन पंप

118] सेंट्रीफ्यूगल पंपमध्ये प्राइम गमावल्याने काय परिणाम होतो?

अ] दाब बाहेर पुट वाढला

ब] बाहेर पडू द्या दाब कमी झाला

C] पंपखराबहोऊशकतो

D] पंप खराब डिलिव्हरी देतात

119] सिंचनात सेंट्रीफ्यूगल पंप वापरण्याचा काय फायदा आहे?

अ] सक्शन मर्यादा अधिक आहे

B] प्राइमिंग आवश्यक नाही

C] साधेआणिकिफायतशीर

डी] ओव्हर लोडिंग प्रतिबंधित

120] सेंट्रीफ्यूगल पंप भागाचे नाव काय आहे?

अ] सेमीओपनटाईपइंपेलर

B] ओपन टाईप इंपेलर

C] बंद प्रकार इंपेलर

D] रेडियल फ्लो इंपेलर

121] सिंचन पंपाचा प्रकार काय आहे?

अ] रोटरी पंप

B] केंद्रापसारकपंप

C] व्हॅक्यूम पंप

D] हायड्रोलिक पंप

122] सिंचनाची सर्वात स्वस्त पद्धत कोणती आहे?

अ] फरो सिंचन

ब] ठिबक सिंचन

C] भूजल सिंचन

ड] पूरसिंचन

123] सिंचनाचा कोणता स्त्रोत जास्त खनिज आणि उच्च तापमानासह पाणी सोडतो?

अ] प्रवाह

ब] ठीक आहे

क] झरे

D] तलाव

124] सिंचनाच्या कोणत्या स्त्रोतामध्ये औद्योगिक आणि कृषी सांडपाणी समाविष्ट आहे?

अ] पृष्ठभागस्रोत

ब] प्रवाह

C] तलाव

ड] विहिरी

125] तण काढण्याचा फायदा काय?

अ] खोल मशागतीची खात्री करा

ब] उथळ लागवडीची खात्री करा

सी] बियांचीशुद्धताराखतायेते

D] वेळेचा वापर कमी करणे

1] हायड्रोलिक स्प्रेअरची टाकी ________ पासून बनलेली असते

अ) धातू

b) फायबर ग्लास

c) पॉलिथिन

ड) पीव्हीसी

2] हायड्रोलिक स्प्रेअरच्या टाकीमध्ये, ड्रेन प्लगचे कार्य ________ हे असते

अ) स्प्रेअर दर नियमित करा

ब) दाब नियंत्रित करा

c) टाकीकाढूनटाकाआणिस्वच्छकरा

ड) आवाज नियंत्रण

3] हायड्रोलिक स्प्रेअरमध्ये वापरलेला आंदोलक ________ आहे

अ) पॅडलप्रकार

b) प्लंजर प्रकार

c) लाकडी प्रकार

ड) काचेचा प्रकार

4] हायड्रॉलिक स्प्रेअरमध्ये, एअर चेंबर ________ वर प्रदान केले जाते

a) टाकीचा वरचा भाग

b) पंपाचीडिस्चार्जलाइन

c) टाकीच्या खाली

ड) ऑपरेटर सीट जवळ एक फ्रेम

5] हायड्रोलिक स्प्रेअर्समध्ये, दाब मापक ________ सुसज्ज आहे

a) टाकीच्या वर

b) टाकीजवळील फ्रेमवर

c) स्प्रेअरच्याडिस्चार्जलाइनवर

ड) टाकीच्या खाली

6] हायड्रोलिक स्प्रेअरमध्ये, कट ऑफ व्हॉल्व्हचा वापर ________ नियंत्रित करण्यासाठी केला जातो

a) <u>बूमकडेप्रवाह</u>

ब) दबाव

c) फवारणीचा दर

ड) ड्रॉप आकार

7] हायड्रोलिक स्प्रेअरमध्ये, गाळणी _______ मध्ये सुसज्ज आहे

अ) डिलिव्हरी लाइन

ब) <u>सक्शनलाइन</u>

c) बूम

ड) टाकी

8] बहुतेक हायड्रॉलिक स्प्रेअर _______ ने सुसज्ज आहेत

a) <u>सकारात्मकविस्थापनपंप</u>

b) परस्पर पंप

c) केंद्रापसारक पंप

ड) रोटरी पंप

9] हायड्रोलिक स्प्रेअर्समध्ये, सामान्य फील्ड वापरासाठी बूमची सर्वात सामान्य लांबी ______ असते

अ) १६]५० मी

b) 15 मी

c) 10 मी

ड) <u>६]३०मी</u>

10] हायड्रॉलिक स्प्रेअर्समध्ये, विविध उंचीच्या वनस्पतींवर फवारणीसाठी उभ्या समायोजनाचे प्रमाण ______ पासून बदलते

अ) <u>45]7 सेमी 118 मी</u>

b) 20-25 मी

क) १]५ सेमी ते ३] ५ मी

ड) 10-100 मी

126] पॉवर टिलरच्या मुख्य क्लच लीव्हर, स्टीयरिंग क्लच लीव्हरसाठी कोणत्या प्रकारचे ऑइल ग्रेड वापरायचे?

A] <u>SAE 20 - 30</u>

B] SAE 80 - 90

C] SAE 50 - 60

D] SAE 40 - 60

127] सर्वसाधारणपणे पॉवर टिलरची गती श्रेणी किती असते?

A] 4-6 फॉरवर्डस्पीड 1-2 बॅकवर्डस्पीड

B] 4-6 मागास गती 1-2 पुढे गती

C] 2-8 पुढे गती 4-8 मागे गती

D] 4-8 फॉरवर्ड स्पीड 2-8 फॉरवर्ड स्पीड

128] पॉवर टिलरमध्ये कोणत्या प्रकारचे इंजिन बसवले जाते?

अ] पेट्रोल इंजिन

B] डिझेलइंजिन

C] वाफेचे इंजिन

D] सागरी इंजिन

129] पॉवर टिलरमध्ये सामान्यतः वापरल्या जाणाऱ्या हॉर्स पॉवर श्रेणी काय आहे?

A] 4] 5 Hp ते 12 Hp

B] 5 Hp ते 10 Hp

C] 2 Hp ते 8 Hp

D] 5 Hp ते 14 Hp

130] चिकणमाती आणि वालुकामय जमिनीसाठी कोणते तणनाशक योग्य आहे?

अ] ताराप्रकार

ब] पेग प्रकार

C] शक्ती प्रकार

D] रोटरी प्रकार

131] पार्किंग, स्टोरेज आणि तणनाशक सुरू करताना शिफारस केलेले गियर स्थान काय आहे?

अ] कमी १ला

ब] कमी 2रा

C] कमी - तटस्थ

D] कमी उलट

132] तणनाशकाचा प्रकार काय आहे?

अ] तारा प्रकार तणनाशक

ब] पेगटूथवीडर

C] पॉवर वीडर

D] रोटरी प्रकारचे तणनाशक

133] तणनाशकाचा प्रकार काय आहे?

अ] ताराप्रकारतणनाशक

ब] पेग प्रकार तणनाशक

C] पॉवर प्रकार तणनाशक

D] रोटरी प्रकारचे तणनाशक

134] अनियमित शेतात कोणती मशागतीची पद्धत लागू केली जाऊ शकते?

अ] रिटर्न टिलिंग पद्धत

ब] वर्तुळाकारप्रवासटिलिंगपद्धत

क] जागा नांगरण्याची पद्धत

ड] पर्यायी मशागत पद्धत

135] पॉवर टिलरच्या गियर बॉक्समध्ये स्नेहन तेल बदलण्याची वारंवारता किती असते?

अ] ५००० तास

ब] ५००तास

C] 1000 तास

ड] १५०० तास

136] एसी मोटरमध्ये कोणत्या प्रकारची सर्व्हिसिंग केली जाते?

अ] बेअरिंगबदलणे

ब] स्नेहन करणारे बेअरिंग

सी] बेअरिंग साफ करणे

D] बेअरिंगला ग्रीस करणे

137] उपकरणाचे नाव काय आहे?

अ] गिलहरी पिंजरा मोटर

B] बेअरिंग ओढणारा

C] D] O] L] स्टार्टर

D] स्टार्टर मोटर माउंटिंग

138] पीक संरक्षण उपकरणे कोणत्या प्रकारची आहेत?

अ] स्प्रेअर

ख] खोदणारा

C] पॉवरडस्टर

डी] कापणी यंत्र

139] स्प्रे अर्ज दर मोजण्यासाठी कोणते सूत्र वापरले जाते?

अ] लीटर / (तास x क्षेत्रफळ)

B] तास / (लिटर x क्षेत्रफळ)

C] क्षेत्रफळ/ (तास x लिटर)

D] (लिटर x क्षेत्रफळ)/ तास

140] स्प्रेअरचा प्रकार काय आहे?

अ] नॅपसॅकस्प्रेअर

ब] फूट स्प्रेअर

C] बादली स्प्रेअर

D] रॉकर स्प्रेअर

141] कोणते स्प्रेअर स्वतःच्या पॉवर युनिटद्‍वारे चालवले जाते?

अ] नॅपसॅक स्प्रेअर

ब] बादली स्प्रेअर

C] स्वयंचालितस्प्रेअर

D] रॉकर स्प्रेअर

142] फवारणी यंत्राचा प्रकार काय आहे?

अ] बादली स्प्रेअर

ब] रॉकरस्प्रेअर

C] स्वयं-चालित स्प्रेअर

ड] फूट स्प्रेअर

143] एसी स्क्विरल केज मोटरची सर्व्हिसिंग करताना रोटरच्या बेअरिंगचा अनावश्यक दबाव कसा टाळावा?

अ] हातानेपकडणे

ब] दुर्गुण धरा

C] पकडीत घट्ट धरून ठेवा

D] जॅकने धरून ठेवा

144] बकेट स्प्रेअरमध्ये हायड्रोलिक पंप कसा ठेवला जातो?

अ] पायविश्रांतीने

ब] पंप बॅरलद्‍वारे

C] पंप हँडलद्‍वारे

D] प्लॅट फॉर्मद्‍वारे

145] एसी मोटर्सच्या बेअरिंग्सच्या शर्यतींमध्ये उत्पादनाद्‍वारे ग्रीस पॅकिंगची शिफारस केलेली टक्केवारी किती आहे?

A] 75%

ब] ८०%

क] ६५%

डी] 90%

146] सर्व्हिसिंग दरम्यान एसी मोटरच्या वाइंडिंगमध्ये काय तपासले पाहिजे?

अ] कोरडेसोल्डरआणिइन्सुलेशनतपासा

B] वळण दरम्यान वंगण तपासा

C] वळणाची जाडी तपासा

D] वळण करताना पाण्याची उपस्थिती तपासा

147] एसी मोटर सर्व्हिसिंग दरम्यान रोटरसाठी शाफ्टची स्थिती पुनर्संरेखित का आवश्यक आहे?

अ] खराब झालेल्या इन्सुलेशनमुळे

ब] कोरड्या सोल्डरमुळे

C] रोटरलॉककेलेलेआढळले

D] अपुरे स्नेहन

] O] L स्टार्टरमधील रोटरची वास्तविक गती तपासण्यासाठी कोणते उपकरण वापरले जाते ?

अ] मानोमीटर

B] टॅकोमीटर

C] हायड्रोमीटर

D] व्होल्टमीटर

149] मोटर सुरू न होण्याचे कारण काय आहे?

अ] सदोष बेअरिंग

B] कमीव्होल्टेज

C] जास्त भारित

D] बेअरिंगचा चुकीचा आकार

150] मोटर सुरू होते पण भार सामायिक होत नाही याचे कारण काय?

अ] कमीवारंवारता

B] कमी व्होल्टेज

C] ओपन सर्किट स्टेटर

D] बेअरिंग कडक

151] इंडक्शन मोटरमधील फ्यूजच्या चुकीच्या आकाराचा काय परिणाम होईल?

अ] मोटरचे जास्त गरम होणे

B] मोटर तारेवर अयशस्वी होते

C] मोटरफ्यूजउडवते

D] मोटर सुरू होते पण लोड शेअर करत नाही

152] नॅपसॅक स्प्रेअरमध्ये प्रदान केलेल्या आंदोलकाचा उद्देश काय आहे?

अ] वेग वाढवा

ब] एकसमान फवारणीची खात्री करा

C] निलंबनातीलकणस्थिरहोण्यासप्रतिबंधकरा

डी] द्रव मध्ये धूळ फिल्टर

153] डस्टरचा उद्देश काय आहे?

अ] पीक उत्पादन वाढवा

ब] पिकातीलकिडींचेनियंत्रणकरा

C] डासांवर नियंत्रण ठेवा

D] तणनियंत्रण

154] डस्टरमध्ये कीटकनाशकासाठी कोणत्या प्रकारचे नोझल वापरले जाते?

अ] कट प्रकार

ब] सुई प्रकार

C] शंकूचाप्रकार

D] शंकूच्या आकाराचा

155] डस्टरमध्ये कोणत्या उद्देशाने कट प्रकारची नोजल वापरली जाते?

अ] तणनाशकांसाठी

ब] कीटकनाशकासाठी

C] डासांसाठी

D] खतासाठी

156] शेतातील पिकांवर लहान आणि मोठ्या प्रमाणात फवारणीसाठी कोणत्या प्रकारचे स्प्रेअर वापरले जाते?

अ] बादली स्प्रेअर

ब] रॉकरस्प्रेअर

C] पॉवर ऑपरेटेड स्प्रेअर

D] बॅटरीवर चालणारे स्प्रेअर

157] ट्रॅक्टरवर बसवलेले स्प्रेअर कसे चालते?

A] P] T] O इंजिनचाशाफ्ट

B] क्लच शाफ्ट

C] कॅम शाफ्ट

D] फ्लाय व्हील

158] रीपरचे कटर बार बनवण्यासाठी कोणते साहित्य वापरले जाते?

अ] सौम्य पोलाद

ब] कास्ट लोह

C] उच्चदर्जाचेस्टील

D] मध्यम कार्बन स्टील

159] हाताने पीक काढणीसाठी कोणते उपकरण वापरले जाते?

अ] विळा

ब] कापणी करणारा

क] कापणी

D] एकत्र करा

160] रीपर कम बाइंडरमध्ये कोणते उपकरण वापरले जाते?

अ] पिंजरा चाक

ब] खायलाघालणे

C] क्रॉप डिव्हायडर

डी] कटर बार

161] थ्रेशरचा प्रकार काय आहे?

अ] भात मळणी

ब] भुईमूग थ्रेशर

C] मका थ्रेशर

ड] सूर्यफूलथ्रेशर

162] थ्रेशरचे नाव काय आहे?

अ] सूर्यफूल थ्रेशर

ब] भुईमूग थ्रेशर

C] मकाथ्रेशर

D] भात मळणी

163] थ्रेशरचा प्रकार काय आहे?

अ] भातमळणी

ब] मल्टी क्रॉप थ्रेशर

C] सूर्यफूल थ्रेशर

ड] भुईमूग थ्रेशर

164] कृषी उपकरणे कोणत्या प्रकारची आहेत?

अ] एकपंक्तीबटाटाखोदणारा

ब] भुईमूग खोदणारा

C] शेती कापणी

D] कम्बाइन हार्वेस्टर

165] कृषी उपकरणाचे नाव काय आहे?

अ] बटाटा खोदणारा

ब] भुईमूगखोदणारा

C] रोटरी हार्वेस्टर

D] कम्बाइन हार्वेस्टर

166] उपकरणाचे नाव काय आहे?

अ] बॅट प्रकार टाय

B] एकत्रित बॅट आणि वेळ प्रकार

C] फीडर कन्व्हेयर

D] पिकअपप्रकाररील

167] कंबाईन हार्वेस्टर भागाचे नाव काय आहे?

A] अँगल बार सिलेंडर

B] रास्प बार सिलेंडर

C] मागील बीटर

D] स्पाइकटूथसिलेंडर

168] कंबाईन हार्वेस्टरमध्ये वापरल्या जाणार्‍या उपकरणाचे नाव काय आहे?

अ] फीड कन्व्हेयर

ब] डळमळीत प्लेट

C] औगर

डी] पिकअप प्रकार रील

169] बेलो डस्टर कंटेनरची क्षमता किती आहे?

A] 2] 5 kg ते 5] 0 kg

ब] १ किलो ते ३] २ किलो

C] 30 ग्रॅमते 500 ग्रॅम

डी] 780 ग्रॅम ते 900 ग्रॅम

170] कंबाईन हार्वेस्टरचे संयोजन काय आहे?

अ] रीपर, डस्टर, स्प्रेअर

ब] कापणीकरणारा, थ्रेशर, विनवर

क] खोदणारा, थ्रेशर, स्प्रेअर

ड] औगर, खोदणारा, कापणारा

171] कंबाईन हार्वेस्टरमध्ये कोणत्या प्रकारचा सिलिंडर वापरला जातो?

अ] अणकुचीदार दात

B] कोन बार

C] रास्प/बारसिलेंडर

D] अवतल दात

172] थ्रेशरचा प्रकार काय आहे?

अ] भात मळणी

ब] मका थ्रेशर

C] अक्षीयप्रवाहग्राउंडनटथ्रेशर

D] भाजीपाला थ्रेशर

173] कंबाईन हार्वेस्टरमध्ये धान्याचे एकूण नुकसान वाढण्याचे कारण काय आहे?

अ] पुढे जाण्याचा वेग कमी होणे

ब] <u>खोडाचीउंचीकमीहोणे</u>

C] अवतल क्लिअरन्समध्ये घट

ड] पिकांमध्ये जास्त आर्द्रता

174] कंबाईन हार्वेस्टरचे मुख्य कार्य काय आहे?

अ] <u>मळणी</u>

ब] नांगरणे

क] खोल मशागत

ड] तण काढणे

175] तृणधान्ये कापण्यासाठी कोणते यंत्र वापरले जाते?

अ] <u>कापणीकरणारा</u>

ब] एकत्र करा

क] कापणी

ड] विंड्रोवर

176] कापणी यंत्राने रांगेत सोडलेल्या साहित्याचे नाव काय आहे?

अ] शपथ

ब] <u>खोड</u>

क] पेंढा

D] एकत्र करा

177] रीपरच्या कार्यामध्ये संरेखन म्हणजे काय?

अ] कटर बार आडव्या समतलात असणे आवश्यक आहे

B] <u>कटरबारआणिपिटमॅनएकाचउभ्यासमतलअसायलाहवेत</u>

C] पिटमॅन उभ्या विमानात असणे आवश्यक आहे

D] कटर बार उभ्या समतल असणे आवश्यक आहे

178] रीपरच्या योग्य कार्यासाठी दोन समायोजने काय आहेत?

अ] <u>नोंदणी, संरेखन</u>

ब] नोंदणी, भत्ता

क] संरेखन, मंजुरी

ड] मंजुरी, भत्ता

179] थ्रेशरमुळे बियांचे जास्त नुकसान होते तेव्हा?

अ] <u>वेगवाढला</u>

B] क्लिअरन्स वाढला

C] फीड दर कमी केला आहे

D] वेग कमी होतो

180] चांगल्या मळणीसाठी पिकाची इष्टतम आर्द्रता किती असते?

अ] ५ - १० %

ब] १२ - १५ %

क] १५ - २० %

डी] 20 - 30 %

181] थ्रेशरमधील तुटलेल्या दाण्यांचे दोष कसे दूर करावे?

अ] वेगकमीकराआणिक्लिअरन्ससमायोजितकरा

B] वेग वाढवा आणि क्लिअरन्स समायोजित करा

क] फक्त वाळलेली पिके वापरा

D] वरची चाळणी स्वच्छ करा

182] कापणी यंत्रातील तुटलेल्या धान्याचा दोष कसा दुरुस्त करावा?

अ] सिलेंडरचा वेग वाढवा

ब] बेलनाकार अवतल दरम्यान क्लिअरन्स कमी करा

C] सिलेंडरचावेगकमीकरा

D] कटिंगचा वेग वाढवा

183] कोणत्या प्रकारचे थ्रेशर लाकडाच्या स्लॅट्सवर स्थिर सिलेंडर आणि मळणीचे दात चांगले संतुलित पुरवले जाते?

अ] सूर्यफूल थ्रेशर

B] भातमळणी

C] मल्टी क्रॉप थ्रेशर

D] मका थ्रेशर

184] अक्षीय प्रवाह भाजीपाला थ्रेशर्समध्ये फिरणाऱ्या स्क्रीन जाळीच्या ड्रमचा व्यास किती आहे?

अ] १] ५ते१] ७मीटर

ब] 1] 8 ते 2] 2 मीटर

क] 1] 7 ते 2] 2 मीटर

डी] 1] 6 ते 1] 9 मीटर

185] पुष्कळ थ्रेश न केलेल्या डोक्याच्या दोषावर मात कशी करावी?

अ] अवतल क्लिअरन्स वाढवा

B] अवतलक्लिअरन्सकमीकरा

C] ड्रमचा वेग कमी करा

D] वरची चाळणी स्वच्छ करा

186] थ्रेशर्सच्या कार्यामध्ये पंख्याच्या कमी गतीचा काय परिणाम होईल?

अ] शेपटी असलेले धान्य

B] थ्रेशरमध्ये कंपन

क] <u>धान्यासोबतपेंढायेतो</u>

ड] धान्य तुटते

187] थ्रेशरमधील पेंढ्याने धान्य फोडण्याचे दोष कसे दुरुस्त करावे?

अ] पंख्याचा वेग वाढवा

ब] ड्रमचा वेग वाढवा

क] वाळलेल्या पिकाचा योग्य वापर करा

D] <u>चाळणीचीछिद्रेस्वच्छकरा</u>

188] थ्रेशरच्या ड्रममध्ये अडथळा कशामुळे होतो?

अ] ड्रमचा उच्च वेग

ब] पंख्याचा उच्च वेग

क] <u>पीकओलसरआहे</u>

D] कमी अवतल मंजुरी

189] कंबाईन हार्वेस्टरच्या कटिंग सिस्टीममध्ये ऑगरचे कार्य काय आहे?

अ] भुसाचे मिश्रण गोळा करा

ब] कटर बारमधून पीक घेतो

C] <u>कापलेलेपीककुंडाच्यामध्यभागीखेचा</u>

ड] रिकामा पेंढा जमिनीवर घेऊन जा

190] कंबाईन हार्वेस्टरमध्ये स्ट्रॉ वॉकर कुठे बसवले जातात?

अ] कॅम शाफ्ट

ब] <u>क्रँकशाफ्ट</u>

C] क्लच शाफ्ट

D] सिलेंडरच्या डोक्यावर

191] कंबाईन हार्वेस्टरचा फायदा काय?

अ] <u>कापणीआणिमळणीचाखर्चवाचतो</u>

ब] कमी प्रारंभिक खर्च

C] अन रोजगार कमी करा

D] देखभाल करणे सोपे आहे

192] कंबाईन हार्वेस्टरमध्ये गहू पिकासाठी ड्रमचा वेग किती असतो?

A] <u>900 - 1000 rpm</u>

B] 800 - 1200 rpm

C] 1200 - 1500 rpm

D] 1150 - 1450 rpm

193] गहू पिकासाठी कंबाईन हार्वेस्टरमध्ये कोणत्या प्रकारचे सिलेंडर वापरले जाते?

अ] स्पाइक टूथ सिलेंडर

B] अँगल बार सिलेंडर

सी] <u>रेस्प/बारसिलेंडर</u>

D] अवतल दात असलेला सिलेंडर

194] कंबाईन हार्वेस्टरमध्ये इंजिनचे तापमान वाढल्यामुळे अचानक थंड पाण्याची भरपाई केल्यावर काय परिणाम होईल?

A] <u>सिलेंडरहेडआणिसिलेंडरब्लॉकक्रॅकहोऊशकतात</u>

B] इंजिनचे तापमान खाली येईल

C] इंजिनची कार्यक्षमता सुधारली

D] स्नेहन कार्य सुधारले

195] कंबाईन हार्वेस्टरमध्ये कोणता सिलिंडर फक्त तांदूळ किंवा सोयाबीनसाठी वापरला जातो?

अ] रास्प बार

ब] <u>अणकुचीदारदात</u>

C] कोन बार

D] अवतल प्रकार

196] विजेत्याचे मुख्य कार्य काय आहे?

अ] धान्यातील धूळ काढून टाका

ब] <u>भुसापासूनधान्यवेगळेकरा</u>

क] पिकांची मळणी

ड] कापलेली पिके मध्यभागी आणा

197] रीपरमधून पिंजऱ्याचे चाक काढून टाकण्यासाठी कोणते साधन वापरले जाते?

अ] पिन रेंच

ब] <u>स्पॅनर</u>

C] छिन्नी आणि हातोडा

D] सामान्य स्क्रू ड्रायव्हर

198] कापणी उपकरणाचे नाव काय आहे?

अ] आयताकृती बेलर

B] हायड्रोलिक टिपिंग ट्रेलर

C] HUSK विभक्त

ड] <u>स्ट्रॉगवतरेकर</u>

199] उपकरणाचा प्रकार काय आहे?

अ] पॉवर चाफ कटर

B] <u>मॅन्युअलचाफकटर</u>

C] वायवीय चाफ कटर

D] यांत्रिक भुस कापणारा

200] मोटर चालविलेल्या डायरेक्ट कपल्ड हॅमर मिलमध्ये X म्हणून चिन्हांकित केलेल्या भागाचे नाव काय आहे?

अ] पडदा

ब] शाफ्ट

क] धातूचा सापळा

D] <u>प्लेटघाला</u>

201] कृषी उपकरणाचे नाव काय आहे?

अ] बटाटा खोदणारा

ब] <u>हातोडागिरणी</u>

क] भुईमूग खोदणारा

D] कम्बाइन हार्वेस्टर

202] योजनाबद्ध आकृतीमध्ये दर्शविलेल्या शक्तीचा प्रकार काय आहे?

अ] संकुचित

ब] क्षोभ

क] <u>प्रभाव</u>

ड] कट

203] योजनाबद्ध आकृतीमध्ये कोणत्या प्रकारचे बल सूचित केले आहे?

अ] कट

B] संकुचित

क] प्रभाव

ड] <u>क्षोभ</u>

204] भिंतींमध्ये पॉलिथिन फिल्म बसवून माती किंवा विटांनी बनवलेले स्टोरेज स्ट्रक्चर कोणते आहे?

अ] <u>पुसाडबा</u>

B] PAV बिन

क] हापूर टेक्का

डी] सायलोस

205] हॅमर मिल फंक्शनमध्ये कटिंग फोर्स वापरण्यासाठी कोणती उपकरणे वापरली जातात?

A] <u>रोटरीचाकूकटर</u>

B] डिस्क ॲट्रिशन मिल

क] हातोडा गिरणी

D] क्रसिंग रोल

206] NUTCRACKER साठी कोणते उपकरण वापरले जाते?

अ] हातोडा गिरणी

ब] कात्री

C] क्रशिंगरोल

डी] फाइल

207] हातोडा गिरणीचे मूलभूत कार्य काय आहे?

अ] लहान कणापासून मोठा कण तयार करा

ब] मोठ्याकणापासूनलहानकणतयारकरा

क] धान्य पृष्ठभाग स्वच्छ करा

D] धान्याचा भुसा काढा

208] राइस हलरचा उद्देश काय आहे?

अ] शेत जलद साफ करते

ब] दाणे देठापासून वेगळे करा

क] तांदळाच्यादाण्यांचाभुसाकाढा

D] धान्य स्वच्छ करा

209] भूमिगत साठवणुकीचा फायदा काय?

अ] चोरी, पाऊस, वारायासारख्याधोक्यांपासूनसुरक्षित

ब] अडचण न करता पाठवले

C] लोड करणे किंवा अनलोड करणे सोपे आहे

D] धान्याला घाम येत नाही

210] गॅल्वनाइज्ड धातूच्या लोखंडाच्या संरचनेसह कोणत्या लहान प्रमाणात स्टोरेज स्ट्रक्चर प्रदान केले आहे?

अ] पुसा डबा

B] PAU बिन

क] हापूर टेक्का

डी] सायलोस

211] तांदळाच्या हलर घटकाचे नाव काय आहे?

अ] कोंडा काढणारा

B] रबर रोल भाताची भुसी

C] रबररोलहस्करसहहस्कएस्पिरेटर

ड] देहुस्कर

212] हातोडा गिरणीमध्ये X म्हणून चिन्हांकित केलेल्या भागाचे नाव काय आहे?

अ] रोटर

ब] हातोडा

C] डिस्चार्जपाईप

ड] पंखा

213] काढणीनंतरची उपकरणे कोणती?

अ] क्रशिंग रोल

ब] डिस्क ॲट्रिशन मिल

C] थेटजोडलेलीहातोडागिरणी

D] रोटरी चाकू कटर

214] डिस्टोनरचा उपयोग काय आहे?

अ] तांदळाच्यादाण्यापासूनवेगळेदगड

ब] भाताची भुसा काढा

क] वेगळी भुसी

D] अपरिपक्व धान्य काढून टाका

215] भाताच्या हुलरमध्ये रबर रोल भाताच्या भुसाचा काय फायदा आहे?

अ] धान्य पॉलिश करणे

ब] धान्यतुटणेकमीकरा

क] धान्यातील कोंडाचा थर काढून टाका

ड] तुटलेले धान्य वेगळे करा

216] उष्णकटिबंधीय देशांमध्ये मूळ उत्पादनांवर दबाव आणण्यासाठी कोणती सामान्य वाळवण्याची पद्धत वापरली जाते? अ] उन्हातकोरडेकरण्याचीपद्धत

ब] गरम हवा कोरडे करण्याची पद्धत

C] कृत्रिम सोलर ड्रायर

डी] व्हॅक्यूम कोरडे करण्याची पद्धत

217] हातोडा गिरणीचा उद्देश काय आहे?

अ] तण काढणे

ब] मातीच्यापदार्थाचाआकारकमीकरा

क] पेंढा किंवा गवत कापणे

ड] भुईमूग खोदणे

218] हातोडा गिरणीमध्ये कोणत्या प्रकारची शक्ती वापरली जाते?

अ] प्रभाव

B] संकुचित

क] क्षोभ

ड] कट

219] ऑपरेटर मॅन्युअल राखण्यासाठी कोण जबाबदार आहे?

अ] ऑपरेटर

ब] कार्यशाळा प्रभारी

C] उपकरणाचामालक

D] ग्राहक

220] कोणत्या प्रकारच्या कंबाईन हार्वेस्टरला ट्रॅक्टरला वेगळे इंजिन जोडलेले असते?

अ] स्वयं-चालित कापणी एकत्र

B] सहायकइंजिनसहओढलेलाप्रकार

C] पुल प्रकार कापणी संयोजन

डी] अर्ध-चालित कापणी संयोजन

221] सायलोची साठवण क्षमता किती आहे?

A] 20000 टन

B] 15000 टन

C] 25000 टन

डी] 30000 टन

222] कोणती साठवण रचना मोठ्या प्रमाणावर आर्थिक आहे?

A] PAU बिन

ब] सायलोस

C] CAP स्टोरेज

ड] पुसा डबा

223] फॉर्म रेकॉर्डिंगमध्ये तुम्हाला वाहन नोंदणी क्रमांक कुठे मिळेल?

अ] लॉगबुक

ब] सेवा नियमावली

C] ऑपरेशन मॅन्युअल

D] उत्पादक नियमावली

224] पुडलिंगचा उद्देश काय आहे?

अ] जमिनीतील ओलावा संवर्धन

ब] बियांची शुद्धता राखली जाते

क] भातशेतीमशागतकरणे

D] ठिबक सिंचनासाठी वापरले जाते

225] ओल्या-मऊ भातशेतीसाठी कोणत्या प्रकारची मशागत पद्धत वापरली जाते?

अ] रिटर्न टिलिंग पद्धत

ब] वर्तुळाकार प्रवास टिलिंग पद्धत

क] पर्यायीमशागतपद्धत

D] सतत मशागत करण्याची पद्धत

226] पॉवर टिलरमध्ये कंट्रोल लीव्हर आणि स्विचेस कुठे असतात?

अ] हँडलजवळ

ब] चेसिस वर

C] इंजिन बसवण्याच्या जवळ

D] सेवन प्रणाली जवळ

227] पॉवर टिलरमधील मेन क्लच लीव्हर "off" स्थितीत हलवल्यास त्याचा काय परिणाम होतो?

अ] इंजिनमधूनड्रायव्हिंगपॉवरबंद

B] स्पीड चेंज लीव्हर "neutral" वर येतो

C] ब्रेक ऑपरेटिंग लीव्हर हलणार नाही

D] रोटरी स्पीड चेंज लीव्हर कमी वेगाने हलवा

228] कंबाईन हार्वेस्टरमध्ये रीलचे कार्य काय असते?

अ] कटरच्यादिशेनेउद्देशकॉर्प्स

ब] सैल गवत उचलते

क] कापलेले गवत पसरवणे

D] घन पदार्थांचा आकार कमी करा

229] आदर्श धान्य साठवण रचनेची गरज काय आहे?

अ] ते किफायतशीर असावे

ब] तो शॉक प्रूफ असावा

C] तेपाणीआणिआर्द्रतारोधकअसावे

डी] हे स्टँड तापमान भिन्नतेसह असावे

औद्योगिक प्रशिक्षण संस्था

मासिक चाचणी-1, गुण- 20, तारीखः- ______________

(प्रत्येक प्रश्नाला दोन गुण असतात)

52] कोणती उर्जा प्रणाली छिद्र खोदल्यानंतर चालवते?

A] हायड्रोलिक प्रणाली

B] वायवीय प्रणाली

C] यांत्रिक प्रणाली

डी] विद्युत प्रणाली

53] पोस्ट होल डिगरचा उपयोग काय?

अ] कुंपणाच्या खांबासाठी अनेक छिद्रे खणणे

ब] खोल मशागत

क] पंक्ती कॉर्प्समधील माती मशागत करणे

D] फील्डची प्रतवारी आणि समतलीकरण

54] कृषी अवजाराचे नाव काय आहे?

अ] स्क्रॅपर

ब] कीटक भोक खोदणारा

C] लागवड करणारा

ड] डंपर

55] खडबडीत सपाट करण्यासाठी आणि उंच जागा कापण्यासाठी कोणती कृषी उपकरणे वापरली जातात?

अ] स्क्रॅपर

ब] डंपर

C] स्तर करणारा

ड] खोदणारा

56] स्क्रॅपरचा उपयोग काय आहे?

अ] माती एका ठिकाणाहून दुसऱ्या ठिकाणी लोड करणे आणि उतरवणे

ब] खोल मशागत

क] पंक्ती कॉर्प्समधील माती मशागत करणे

ड] गठ्ठा फोडून जमीन तयार करा

57] कृषी अवजाराचा प्रकार काय आहे?

अ] स्क्रॅपर

ब] डंपर

C] स्तर करणारा

D] लागवड करणारा

1] बीजन प्रक्रियेमध्ये बियाणे बेडमध्ये केलेल्या छिद्रांमध्ये ठेवून त्यावर झाकण ठेवतात?

अ) प्रसारण

ब) प्रत्यारोपण

c) डिब्बलिंग

ड) ड्रिलिंग

2] खालीलपैकी कोणता ड्रिलिंग प्रकार नाही?

अ) नांगराच्या मागे पेरणी

b) बैलांनी काढलेल्या बियाण्यांच्या कवायती

c) ट्रॅक्टरने काढलेली बियाणे ड्रिल

ड) पंक्ती लागवड तपासा

3] कोणत्या बियाणे मोजण्याच्या यंत्रणेमध्ये, फीड व्हीलला बारीक आणि खडबडीत रिबड फ्लँज दिले जातात?

अ) अंतर्गत डबल रन प्रकार

b) फ्लुटेड फीड प्रकार

c) सेल फीड यंत्रणा

ड) ब्रश फीड यंत्रणा

4] 5*22 सेमी आकाराच्या बैलांनी काढलेल्या सीड ड्रिलसह एक हेक्टर जमिनीची बीजन करण्याची किंमत मोजा] बैलांचा वेग 3 किमी/तास आहे] बैलांच्या भाड्याचे शुल्क? 100/- प्रति जोडी, बियाणे ड्रिलचे भाडे शुल्क आहे? ५०/- प्रतिदिन आणि ऑपरेटरचे वेतन ? 100/- प्रति दिवस 8 तास]

अ) ? ८४] ८८

ब) ? ९४]६८

c) ? 110]90

ड) ? ३४]२९

औद्योगिक प्रशिक्षण संस्था

मासिक चाचणी-2, गुण- 20, तारीखः- ______________

(प्रत्येक प्रश्नाला दोन गुण असतात)

5] फ्ल्युटेड फीड सीड ड्रिलमध्ये सिंगल डिस्क प्रकारचे आठ फ्युरो ओपनर असतात] फ्युरो ओपनर 25 सेमी अंतरावर असतात आणि मुख्य ड्राइव्ह व्हीलचा व्यास 120 सेमी असतो] सीड ड्रिलमध्ये मुख्य ड्राइव्ह व्हील किती वळण घेतात. एक हेक्टर क्षेत्र व्यापले?

अ) १३३३]३

ब) १६६६]६

क) १९९९] ९

ड) १२३४]५

6] पेरणीसाठी लागणारा वेळ मोजा 1]6 हेक्टर जमीन पाच चरांनी बियाणे ड्रिल 12] 5 सेमी खोल जाते] बियाणे ड्रिलचा वेग 3]2 किमी/तास आहे आणि बियाणे ड्रिलवर मातीचा दबाव 0 आहे]42 kg/cm2] फरो ओपनरमधील जागा 10 सेमी आहे आणि वळताना नुकसान 10% आहे]

अ) २१]०७ तास

ब) ९]८७ तास

क) २]३४ तास

ड) ११] ११ तास

7] 7*17 सेमी सीड ड्रिलचे बियाणे दर/हेक्टर मोजा, ज्याचे मुख्य ड्राइव्ह व्हील 124 सेमी व्यासाचे आहे आणि 0]423 kg] मध्ये 20 आवर्तनांमध्ये गोळा केलेल्या धान्याचे एकूण वजन आहे.

अ) ४५]५८ किग्रॅ

ब) 54]34 किलो

c) 90 किलो

ड) 23]78 किलो

8] प्रति हेक्टर 40000 झाडांच्या लोकसंख्येसह मक्याचे जास्तीत जास्त उत्पादन मिळते] ओळींमध्ये 140cm अंतर आहे आणि सरासरी 85% उगवण्याची अपेक्षा आहे] जर टेकड्या 140cm अंतरावर असतील तर प्रत्येक टेकडीवर किती बिया पेरल्या पाहिजेत?

अ) ९

ब) २

c) १०

ड) ११

9] उभ्या फिरणाऱ्या चकतीच्या परिघावर कोणत्या बियांचे मोजमाप करण्याच्या यंत्रणेमध्ये चमच्याचे कप असतात?

अ) कप फीड यंत्रणा

b) सेल फीड यंत्रणा

c) ब्रश फीड यंत्रणा

ड) पिकर व्हील यंत्रणा

10] मालोबन्सा कोणती बीजन पद्धत वापरते?

अ) प्रत्यारोपण

b) नांगराच्या मागे बियाणे सोडणे

c) पंक्ती लागवड तपासा

ड) टेकडी सोडणे

1] खालीलपैकी कोणता फरो ओपनरचा प्रकार नाही?

अ) फावडे प्रकार

ब) बूट प्रकार

c) डिस्क प्रकार

ड) ब्रश फीड प्रकार

58] लेव्हलरचे ब्लेड बनवण्यासाठी कोणती सामग्री वापरली जाते?

अ] उच्च कार्बन स्टील

B] मध्यम कार्बन स्टील

C] कमी कार्बन स्टील

D] कमी स्टीलचे डाग

59] शेतात पाण्याचे समान वितरण करण्यासाठी कोणते कृषी उपकरण वापरले जाते?

अ] स्क्रॅपर

ब] डंपर

C] स्तर करणारा

ड] टिलर

६०] माती तयार करणाऱ्या उपकरणाचे नाव काय आहे?

अ] डंपर

ब] स्तर करणारा

क] स्क्रॅपर

D] भोक खोदणारा

औद्योगिक प्रशिक्षण संस्था

मासिक चाचणी-३, गुण- २०, तारीखः- ______________

(प्रत्येक प्रश्नाला दोन गुण असतात)

61] ट्रेंचर्सचा उपयोग काय आहे?

अ] पाईप टाकणे आणि बोगदे तयार करणे

ब] खोल मशागत

C] माती लोड करणे आणि उतरवणे

ड] औगरमधून चिखल साफ करा

62] डिचरच्या गियर बॉक्स युनिट आणि ट्रान्समिशन युनिटमध्ये नियतकालिक तेल बदल काय आहे?

अ] ३० तास

ब] ५० तास

C] 60 तास

डी] 80 तास

63] फरो ओपनरचा प्रकार काय आहे?

A] सिंगल डिस्क ओपनर

B] डबल डिस्क प्रकार

क] कुदळ प्रकार

D] शूचा प्रकार

64] फरो ओपनरचा उद्देश काय आहे?

अ] बियाणे मशीनमध्ये साठवण्यासाठी वापरले जाते

ब] जमिनीत एकसमान खोलीत एक फरो उघडा

C] खोल लागवडीसाठी वापरला जातो

D] बियांचा एकसमान प्रसार

65] खताचा कोणता भाग पेरणीत उच्च प्रमाणात एकसमानपणा सुनिश्चित करतो?

अ] सर्पिल नळ्या

ब] रबर ट्यूब

C] पॉलिथिन ट्यूब

D] दुर्बिणीच्या नळ्या

66] पॉलिथिन किंवा रबर ट्यूब खत लागू यंत्रामध्ये वापरण्याचा काय फायदा आहे?
अ] गुदमरणे आणि गुदमरणे सहज शोधता येते
B] वापरात लवचिकता
C] सुलभ हाताळणी
D] वजन कमी करणे
67] खत ऍप्लिकेटरमध्ये सेरेटेड डिस्कचा फायदा काय आहे?
अ] गुरुत्वीय प्रवाह खत प्रतिबंधित करा
ब] स्थिर गती राखणे
क] खताचे छोटे गुच्छे कुस्करून टाकणे
ड] खताचा एकसमान प्रसार करा
68] फेटिलायझर ऍप्लिकेटरमधील उपकरणाचे नाव काय आहे?
अ] स्पर व्हील
B] ग्राउंड व्हील
C] तारेचे चाक
डी] सेरेटेड डिस्क
69] खत उपयोजकाच्या स्पर व्हीलची रुंदी खाचापेक्षा जास्त का असते?
अ] उर्वरीत खताचा गुरुत्वाकर्षण प्रवाह रोखा
ब] खताचा एकसमान प्रवाह द्या
C] स्पर व्हील अडकणे प्रतिबंधित करते
D] स्पर व्हीलचा वेग वाढवा
70] फेटिलायझर मीटरिंग यंत्राचे स्पर व्हील बनवण्यासाठी कोणती सामग्री वापरली जाते?
अ] कॅस्टिरॉन
B] उच्च कार्बन स्टील
C] ॲल्युमिनियम कास्टिंग
D] स्टेनलेस स्टील

औद्योगिक प्रशिक्षण संस्था

मासिक चाचणी-4, गुण- 20, तारीखः- _______________

(प्रत्येक प्रश्नाला दोन गुण असतात)

2] खालीलपैकी कोणता प्रकार फावडे नाही?
अ) उलट करता येण्याजोगा
b) भाला बिंदू
c) परस्पर शक्ती
ड) एकल बिंदू

3] शू प्रकारच्या फरोची किमान कार्बन सामग्री आणि जाडी किती असते?

अ) 0]5% आणि 4 मिमी

b) 0]5% आणि 2 मिमी

c) 0]2% आणि 4 मिमी

ड) 0]8% आणि 8 मिमी

4] डिस्क प्रकारच्या फ्युरो ओपनरमध्ये बियाणे आणि खताच्या नळीचा किमान व्यास किती असतो?

अ) 30 मिमी

b) 45 मिमी

c) 60 मिमी

ड) 25 मिमी

5] कोणत्या फरो ओपनरला पायाचे बोट आणि 'T' आकाराचे स्क्रॅपर्स आहेत?

अ) उलट करता येण्याजोगा फावडे

b) डबल डिस्क प्रकार

c) भाला बिंदू फावडे

ड) सिंगल डिस्क प्रकार

6] बियाणे जोडणीसह कल्टिव्हेटरमध्ये वापरल्या जाणार्‍या अवजारांची श्रेणी किती आहे?

अ) 600-700 मिमी

b) 400-500 मिमी

c) 100-200 मिमी

ड) 900-1000 मिमी

7] प्लांटरमधील कोणते बियाणे मोजण्याचे साधन यंत्रणा फीड मेकॅनिझमच्या पेशींमधून अतिरिक्त बियाणे घासते?

अ) एज ड्रॉप

ब) कापून टाका

c) बाद करा

ड) फ्लॅट ड्रॉप

8] बटाटा लागवड करणाऱ्या (अर्ध-स्वयंचलित) क्षेत्राची क्षमता किती आहे?

अ) ०]१५-०]२५ हेक्टर/तास

ब) ०]१०-०]१४ हेक्टर/तास

क) ०]४०-०]५५ हेक्टर/तास

ड) ०]०९-०]१४ हेक्टर/तास

9] कोणत्या प्लांटरच्या फ्लँजवर सहा सी-प्रकारचे ब्लेड असतात?

अ) बटाटा लागवड करणारा

b) कमी जमीन भात बी

c) तांदूळ ट्रान्स प्लांटर

ड) ड्रिल पर्यंत शून्य

10] बटाटा प्लांटर (स्वयंचलित) ची क्षमता किती आहे?

अ) 1000-4000 बटाटे/तास

b) 200-900 बटाटे/तास

c) 6000-14000 बटाटे/तास

ड) 16000-32000 बटाटे/तास

१] भाताची लावणी किती उंचीवर करावी?

अ) 5-10 सेमी

b) 15-20 सेमी

c) 45-50 सें.मी

ड) 30-35 सें.मी

औद्योगिक प्रशिक्षण संस्था

मासिक चाचणी-5, गुण- 20, तारीख:- _______________

(प्रत्येक प्रश्नाला दोन गुण असतात)

२] उपसामान्य परिस्थितीत भाताचे अंतर किती असावे?

अ) 15*10 सेमी2

b) 24*12 सेमी2

c) 34*24 सेमी2

ड) 8*12 सेमी2

71] कृषी अवजाराचे नाव काय आहे?

अ] खताचा वापर करणारा

B] मार्किंग रोलर

C] स्वयंचलित प्लँटर

D] ऊस लागवड करणारा

72] खत उपयोजकाचा आवश्यक घटक कोणता आहे?

अ] अर्जाचा दर समायोज्य असावा

B] अर्जाचा वेग स्थिर असावा

क] खताचा वापर करणारा हा बांधकामात साधा असावा

डी] दोषपूर्ण भाग सहज बदलणे

73] फ्युरो ओपनर जड का होते आणि बियाणे आणि मातीसह प्लांटरमध्ये का जमा होते?

अ] खत योग्य प्रकारे मोजलेले नाही

ब] अयोग्य पेरणी दर

सी] अयोग्य बियाणे तयार करणे

डी] बियाणे डिसप्लेसमेंट

74] भाजीपाला प्रत्यारोपणाच्या उलट ऑपरेशनमध्ये काय परिणाम होईल?

अ] फरो ओपनर बेंड असेल

B] फरो ओपनर मातीने भरले जाईल

C] फरो ओपनर ब्रेक होईल

ड] बियांचे विस्थापन

75] पेरणीचा दर मोजण्यासाठी कोणते सूत्र वापरले जाते?

A] किलो बियाणे प्रति हेक्टर =(D x W)/P

B] किलो बियाणे प्रति हेक्टर =(डी + डब्ल्यू)/पी

क] किलो बियाणे प्रति हेक्टर =(डी - डब्ल्यू)/पी

D] किलो बियाणे प्रति हेक्टर =(W - D)/P

76] कोणत्या लागवडीमुळे माती झपाट्याने कोरडे होते आणि जास्त ओलावा टाळतो?

अ] सपाट लावणी

ब] बेड लावणी

क] फरोज लावणी

D] फोड लावणे

77] कड्याच्या लागवडीसाठी कोणते पीक योग्य आहे?

अ] मका

ब] कापूस

क] ऊस

ड] बटाटा

78] मका पिकासाठी लागवडीची कोणती पद्धत अवलंबली?

अ] सपाट जमीन लागवड

ब] रिज लावणी

क] फरो लावणी

ड] उभ्या जमिनीची लागवड

79] ऊस लागवडीचा वेग किती असतो?

अ] ०]४ - ४ किमी/तास

B] 0]8 - 5 किमी/तास

C] 0]6 - 7 किमी/तास

D] 0]5 - 5 किमी/तास

औद्योगिक प्रशिक्षण संस्था

मासिक चाचणी-6, गुण- 20, तारीख:- _______________

(प्रत्येक प्रश्नाला दोन गुण असतात)

80] भात पिकांच्या पंक्तीमधील अंतर किती आहे?

A] 20 x 10 सेमी

B] 25 x 15 सेमी

C] 20 x 20 सेमी

D] 25 x 20 सेमी

81] लागवड करणाऱ्याचे नाव काय आहे?

अ] कॉर्न प्लांटर

ब] बटाटा लागवड करणारा

क] भात लागवड करणारा

D] भाजीपाला ट्रान्स प्लांटर

82] भाजीपाला ट्रान्स प्लांटरमध्ये कलते प्रेस व्हीलचा उद्देश काय आहे?

अ] ट्रान्स प्लांटेशनमधील अंतर

ब] मुळाभोवती घट्ट माती

C] झाडाची खोली राखणे

ड] लागवड खोली बदलणे

83] पॉवर टिलर बसवलेल्या भात लागवडीत ओळींमधील अंतर किती ठेवावे?

A] 10 सेमी

B] 15 सेमी

C] 20 सेमी

D] 25 सेमी

84] मॅन्युअल भात ट्रान्स लावणीमध्ये ट्रे हालचालीची यंत्रणा कशी प्राप्त झाली?

अ] वर्म गियर आणि शाफ्टद्वारे

B] साखळी आणि मुक्त चाकाद्वारे

C] चाक आणि शाफ्टद्वारे

D] रॅक आणि पिनियनद्वारे

85] लागवड करणाऱ्याचे नाव काय आहे?

अ] ऊस लागवड करणारा

ब] कापूस लागवड करणारा

C] बटाटा लागवड करणारा

D] दोन ओळीतील बहुपीक लागवड करणारा

3] कोणत्या भूमितीचा तणांवर परिणाम होतो?

अ) लागवड

b) त्रिकोणी

c) परिपत्रक

ड) चौरस

4] प्रत्येक टेकडीवर किती रोपे लावण्याची शिफारस केली जाते?

अ) ६-७

ब) ७-८

c) 2-3

ड) 5-6

5] भाताची लावणी खोली किती असावी?

अ) 2-3 सें.मी

b) 4-5 सेमी

c) 8-9 सेमी

ड) 6-7 सेमी

6] भात ट्रान्स प्लांटर्स कोणत्या देशात विकसित केले गेले?

अ) भारत

ब) पाकिस्तान

c) चीन

ड) जपान

औद्योगिक प्रशिक्षण संस्था

मासिक चाचणी-7, गुण- 20, तारीख:- ______________

(प्रत्येक प्रश्नाला दोन गुण असतात)

7] भात ट्रान्स प्लांटरचा कोणता भाग रोपांसाठी शेडच्या छताप्रमाणे काम करतो?

अ) रोपांची ट्रे

b) मोटर

c) रनिंग गियर

ड) गियर बॉक्स

8] प्लँटरची अचूकता _________ वर अवलंबून नाही

अ) सीड प्लेटचा वेग

b) हॉपर तळाचा आकार

c) बियाण्याच्या आकाराची एकसमानता

ड) हवामान

1] कोणता भाग ट्रॅक्टर काढतो अर्ध-माउंट किंवा आरोहित प्रकारचे मॉवर चालवतो?

अ) पीटीओ शाफ्ट

ब) कटर

c) पिटमॅन

ड) गवत बोर्ड

2] मॉवरच्या ड्रायव्हिंग युनिटमध्ये कोणता क्लच वापरला जातो?

अ) द्रवपदार्थ जोडणे

ब) कुत्र्याचे घट्ट पकड

c) घर्षण क्लच

ड) सिंगल प्लेट

3] प्रत्येक चाकू क्लिपमध्ये काय फरक आहे?

अ) 5-15 सेमी

b) 40-50 सें.मी

c) 35-45 सेमी

ड) 20-30 सें.मी

4] प्रत्येक स्ट्रोकवर जेव्हा चाकूचा विभाग त्याच्या गार्डच्या मध्यभागी थांबतो तेव्हा त्याला काय म्हणतात?

अ) पुनर्बंधन

ब) मजबुतीकरण

c) नोंदणी

ड) बचाव

५] कापणीसाठी लागणारा एकूण वेळ मोजा २]५ हेक्टर गवत ४ किमी/तास वेगाने चालवल्या जाणाऱ्या २ मीटर मॉवरद्वारे] (फील्ड कार्यक्षमता=८०%)

अ) २]५ तास

ब) १]२ तास

c) 3]9 तास

ड) ७ तास

6] 1]2 मीटर मॉवर 4]8 किमी/तास वेगाने काम करत असल्यास, मॉवरची लांबी 50 किलो प्रति मीटर लांबी असल्यास आणि यांत्रिक कार्यक्षमता 80% असल्यास खेचण्यासाठी कोणत्या शक्तीची आवश्यकता आहे?

अ) 1 किलोवॅट

b) 0]98 KW

c) 0]23 KW

d) 2 KW

7] 4 मीटर कटर बारच्या सहाय्याने कंबाईनने 4 k/तास वेगाने किती हेक्टर प्रतिदिन 10 तास कापले जाऊ शकतात?

अ) १६ हे

b) 20 हे

c) 28 हे

ड) 8 हे

8] मॉवरला 60 सेमी व्यासाचे ड्राईव्ह व्हील असते] क्रँक चाकाचा क्रँक 600 रेव्ह/मिनिट बनवतो जेव्हा ट्रॅक्टर चालवतो, 2]3 किमी/तास वेगाने जातो] जर क्रँक व्हीलमधील वेगाचे प्रमाण आणि लँड व्हील 27:1 मध्ये बदलले आहे, क्रँकचा समान वेग राखण्यासाठी मॉवरच्या गतीमध्ये वाढ मोजा]

अ) ०]१९ किमी/तास

b) 0]67 किमी/तास

c) 0]11 किमी/तास

ड) ०]२१ किमी/तास

औद्योगिक प्रशिक्षण संस्था

मासिक चाचणी-8, गुण- 20, तारीख:- ______________

(प्रत्येक प्रश्नाला दोन गुण असतात)

9] मॉवरचा कोणता भाग जमिनीच्या वरच्या कटाची उंची नियंत्रित करण्यासाठी वापरला जातो?

अ) लेजर प्लेट

b) प्लेट घालणे

c) शू

ड) गवत बोर्ड

86] प्लांटरचा प्रकार काय आहे?

अ] बटाटा लागवड करणारा

ब] सेमी ऑटोमॅटिक प्लांटर

क] ऊस लागवड करणारा

ड] कापूस लागवड करणारा

87] सेमी ऑटोमॅटिक प्लांटरमध्ये बियाण्यातील अंतर कसे साधले जाते?

अ] चालणारे चाक बदलून

ब] फीड रिंग बदलून

C] फरो ओपनर समायोजित करून

D] कन्व्हेयर बेल्टची दिशा बदलून

88] लागवड करणाऱ्याचे नाव काय आहे?

अ] दोन ओळीतील बहुपीक लागवड करणारा

ब] तीन ओळीतील बहुपीक लागवड करणारा

C] स्वयंचलित प्लँटर

ड] कापूस लागवड करणारा

89] बटाटा लागवडीच्या पिकर व्हीलसह किती पिकर हात जोडलेले आहेत?

अ] १२ क्रमांक

ब] 10 नग

C] 8 संख्या

D] 6 संख्या

90] प्लँटरचा प्रकार काय आहे?

अ] बटाटा लागवड करणारा

ब] तीन ओळीतील बहुपीक लागवड करणारा

क] ऊस लागवड करणारा

D] दोन ओळीतील बहुपीक लागवड करणारे यंत्र

91] हॅपी सीडरच्या मशीनमध्ये जास्त कंपन होण्याचे कारण काय आहे?

अ] तुटलेले फ्लेल ब्लेड

B] PTO शाफ्ट आकर्षक नाही

C] बियाणे / खताची पेटी रिकामी

डी] खत fluted रोलर अवरोधित आहे

92] हॅपी सीडरमध्ये दीमक आक्रमणापासून संरक्षण करण्यासाठी बियाण्यासोबत किती क्लोरोपायरोफॉस घालावेत?

A] 2 मिली/किलो बियाणे

बी] 3 मिली / किलो बियाणे

सी] 4 मिली / किलो बियाणे

डी] 5 मिली / किलो बियाणे

93] हॅपी सीडरचा कोणता भाग जमिनीत फ्युरो ओपनर घालण्याचे नियमन करतो जेणेकरून बियाणे इच्छित खोलीवर ठेवता येईल?

अ] ड्राइव्ह व्हील

B] दोन खोली नियंत्रण चाके

C] P]T]O शाफ्ट

ड] फ्लेल शाफ्ट

94] हॅपी सीडरमध्ये खताची पेटी कुठे बसवली जाते?

A] फ्रेमची पुढची बाजू

B] फ्रेमची मागील बाजू

C] फ्लेल शाफ्ट जवळ

D] फ्रेमचा वरचा भाग

मासिक चाचणी-9, गुण- 20, तारीख:- _______________

(प्रत्येक प्रश्नाला दोन गुण असतात)

95] हॅपी सीडरमध्ये फ्युरो ओपनरच्या फ्लेल ब्लेड्सचा उद्देश काय आहे?

अ] फरो ओपनर स्वच्छ करा

B] टायन्स धारदार करा

सी] बियाणे एकसारखे वितरित करा

ड] खत समान प्रमाणात द्या

96] हॅपी सीडरमध्ये फरो ओपनरचे कार्य काय आहे?

अ] ड्रिल करून बियाणे आणि खत ठेवा

ब] कापणी केलेला भाताचा पेंढा एकत्र पसरवा

C] खताचा वापर नियंत्रित करा

ड] बियाणे मशीनमध्ये साठवा

97] कोणते कृषी अवजारे एका यंत्रात खोडाचे आच्छादन आणि बियाणे खोदणे एकत्र करते?

अ] शेती करणारा

ब] आनंदी बीजक

सी] हाताने बियाणे ड्रिल

D] रोटाव्हेटर

98] खडबडीत यांत्रिक हाताळणीमुळे बियाणे सहजपणे खराब झालेल्या पिकांसाठी ड्रिलमध्ये कोणत्या प्रकारचे बियाणे आणि खत यंत्र वापरले जाते?

अ] कप प्रकार

ब] कुदळ प्रकार

C] स्टब रनर प्रकार

D] पूर्ण धावपटू प्रकार

99] मीटरिंग यंत्रामध्ये वेगवेगळ्या आकाराच्या बियांसाठी काय तरतूद केली आहे?

अ] समायोज्य स्प्रिंग लोडेड बॅफल प्लेट

ब] फ्ल्युटेड रोलर

C] अनुदैर्ध्य चर

D] चौरस शाफ्ट

1] 4 किमी/तास वेगाने चालवल्या जाणाऱ्या 2 मिमी मॉवरद्वारे 4 हेक्टर गवत कापण्यासाठी लागणारा एकूण वेळ काढा] मॉवरची फील्ड कार्यक्षमता 75% मानू?

अ) ४] ६७ तास

ब) ५]६७ तास

क) ६] ६७ तास

ड) ७]६७ तास

2] खेचण्यासाठी कोणती हॉर्सपॉवर लागेल 1]2 मीटर मॉवर 5 किमी/मी या वेगाने काम करणाऱ्या मॉवरची यांत्रिक कार्यक्षमता 85% आहे?

अ) १] ५६

ब) २]५६

क) ३]५६

ड) ४]५६

3] 4]5 किमी/तास वेगाने आणि 4 मीटर कटर बारने चालवल्या जाणाऱ्या मॉवरद्वारे दररोज 15 तासांत किती हेक्टर गवत कापले जाऊ शकते]

अ) २०

b) 22

c) २७

ड) १६

4] मॉवरचे 60 सेमी व्यासाचे चाक असते] क्रँक चाक 550 आरपीएम बनवते, जेव्हा ट्रॅक्टर 2 किमी/तास वेगाने चालते] क्रँक व्हील आणि लँड व्हील यांच्यातील गती गुणोत्तर 27 वर बदलल्यास :1, क्रँकचा समान वेग राखण्यासाठी मॉवरच्या गतीतील वाढीची गणना करा]

अ) ०]२० किमी/ता

ब) ०]३०४ किमी/ता

c) 1]402 किमी/ता

ड) 1]36 किमी/ता

5] 2m मॉवर 3]5 किमी/ताशी या वेगाने कार्यरत आहे ज्याची एकूण कार्यक्षमता 75% आहे] त्याद्वारे व्यापलेल्या क्षेत्राची हेक्टरी गणना करा]

अ) ०]५२५

ब) ०]६२५

क) ०]७२५

ड) ०]८२५

औद्योगिक प्रशिक्षण संस्था

मासिक चाचणी-10, गुण- 20, तारीखः- ______________

(प्रत्येक प्रश्नाला दोन गुण असतात)

6] कापूस पिकरची प्रत्येक स्पिंडल एका साखळी पट्ट्याच्या व्यवस्थेसाठी पिकिंग झोनमध्ये किती आवर्तने करेल ज्यामध्ये स्पिंडलचा वेग 1400 rpm असेल आणि 100 सेमी पुढे प्रवास करताना पिकिंग झोनमध्ये राहील]

अ) ५०

ब) २१

c) ४५

ड) ११

7] PTO द्वारे 0]4 m/dsc च्या शाफ्टसह 6 डिस्कसह एक डिस्क प्रकार मॉवर चालवला जातो] कापण्यासाठी लागणारी विशिष्ट ऊर्जा 2] 1 KJ/m2 आहे आणि हवेतील खडखडाट आणि गीअर ट्रेनच्या घर्षणामुळे विशिष्ट शक्तीचे नुकसान होते. कटिंग रुंदी 2 kw/m आहे] ट्रॅक्टरसह मॉवरला 2 KN ची प्रोपेलिंग फोर्स आवश्यक असल्यास 3 किमी/तास वेगाने Kw मध्ये पुढे जाण्यासाठी एकूण उर्जा आवश्यक आहे ____

अ) १०] ६७

ब) २०] ६७

क) ३०] ६७

ड) ४०]६७

8] खालीलपैकी सर्वात सामान्य कापणी ____________ आहे

अ) रेसिप्रोकेटिंग मॉवर

b) लॉन मॉवर

c) दंडगोलाकार मॉवर

ड) क्षैतिज मॉवर

9] टोळी कापणारा हा ____________ चा गट आहे

अ) 2 किंवा अधिक दंडगोलाकार मॉवर

b) 5 मॉवर

c) 2 मॉवर

ड) 10 मॉवर

10] फ्लेल मॉवरमध्ये, कटिंग विभागात ______________ समाविष्ट असतो

अ) कटर बार

b) स्विंगिंग चाकू

c) स्थिर चाकू

d) केवळ परस्पर बोटांनी

11] मॉवरच्या कटर बारमध्ये, चाकूचे डोके ____________ ला जोडलेले असते.

अ) चाकू परत

ब) कटर एंड

c) कटिंग एजचा प्रारंभ बिंदू

ड) परस्पर बोटे

12] मॉवरमध्ये, गवत बोर्ड ____________ येथे प्रदान केला जातो

अ) कटर एंड

ब) चाकूचा शेवट

c) चाकू परत

ड) परस्पर बोटे

13] मॉवरच्या कटर बारमध्ये, चाकूचे भाग ____________ वर परत आणले जातात

अ) चाकू परत

b) परस्पर बोटांनी

c) स्थिर बार

ड) दंडगोलाकार ड्रम

14] मॉवरमध्ये, पिटमॅन गती ____________ पर्यंत प्रसारित करतो

अ) चाकूचे डोके

ब) चाकू मधला

c) चाकू परत

ड) चाकूचा शेवट

15] प्रथम लॉन मॉव्हरचा शोध कोणी लावला?

अ) अल्बर्ट आईन्स्टाईन

ब) बझ ऑल्ड्रिन

c) एडविन बडिंग

ड) युरी गागारिन

औद्योगिक प्रशिक्षण संस्था

मासिक चाचणी-11, गुण- 20, तारीखः- ______________

(प्रत्येक प्रश्नाला दोन गुण असतात)

100] बियाणे आणि खत मोजण्याचे साधन कोणते आहे?

अ] फ्लुटेड फीड प्रकार

ब] कप प्रकार

C] इंटर्यूस डबल रम प्रकार

D] सब रमर प्रकार

101] सीड ड्रिलचा प्रकार काय आहे?

A] रबर बेल्ट अचूक सीडर

B] हाताने बियाणे ड्रिल

सी] झिरो टू ड्रिल सीड कम खत ड्रिल

D] वायवीय बियाणे ड्रिल

102] बियाणे सह खत ड्रिलमध्ये पेरलेल्या बियाण्याचे प्रमाण कसे बदलले जाते?

अ] रोलर बाजूला हलवून

ब] रोलर वरच्या बाजूला सरकवून

C] रोलरच्या खालच्या बाजूला सरकवून

D] रोलरला उलटा हलवून

103] सीड ड्रिलचा प्रकार काय आहे?

अ] ड्रिल पर्यंत पट्टी

B] रबर बेल्ट अचूक सीडर

C] केंद्रापसारक बियाणे ड्रिल

ड] हँड सीड ड्रिल

104] आधीच तयार केलेल्या शेतात गहू आणि इतर तृणधान्य पिकांच्या पेरणीसाठी कोणत्या प्रकारचे स्पीड ड्रिल वापरले जाते?

A] रबर बेल्ट अचूक सीडर

ब] ड्रिल पर्यंत पट्टी

सी] झिरो टू ड्रिल सीड कम खत ड्रिल

D] केंद्रापसारक बियाणे ड्रिल

105] सेल व्हील प्रिसिजन सीडरमध्ये रिपेलर व्हीलचे कार्य काय आहे?

अ] सुपर फ्लुअस बिया काढून टाकते

ब] बियाणे एकसमान वितरण सुनिश्चित करा

C] बिया तळाशी पडतील याची खात्री करा

D] अचूक ड्रिलिंग प्रदान करा

106] सीड ड्रिलचे नाव काय आहे?

अ] केंद्रापसारक बियाणे ड्रिल

B] हाताने बियाणे ड्रिल

C] वायवीय बियाणे ड्रिल

D] ड्रिल पर्यंत पट्टी

107] सीड ड्रिलचा प्रकार काय आहे?

अ] हँड सीड ड्रिल

B] केंद्रापसारक बियाणे ड्रिल

C] वायवीय बियाणे ड्रिल

D] ड्रिल पर्यंत पट्टी

108] मॅन्युअली ऑपरेट केलेले सीड ड्रिल कोणते आहे?

अ] केंद्रापसारक बियाणे ड्रिल

B] वायवीय बियाणे ड्रिल

सी] हाताने बियाणे ड्रिल

D] सेल व्हील प्रिसिजन सीडर

109] सीड ड्रिलचे कार्य काय आहे?

अ] ट्रान्स लावण्यासाठी अनेक छिद्रे खोदणे

B] बियाणे इजा न होता एकसमान थेंब

C] फील्डची प्रतवारी आणि समतलीकरण

ड] गठ्ठे तोडणे

औद्योगिक प्रशिक्षण संस्था

मासिक चाचणी-12, गुण- 20, तारीख:- ______________

(प्रत्येक प्रश्नाला दोन गुण असतात)

1] कोणते स्प्रेअर सहसा अंतर्गत ज्वलन इंजिनसह चालवले जातात?

अ) पॉवर स्प्रेअर

b) हायड्रोलिक स्प्रेअर

c) व्यावसायिक स्प्रेअर

ड) फूट स्प्रेअर

२] पॉवर स्प्रेअर कोणत्या दाबाने चालवले जातात?

a) 68-103 kg/cm2

b) 20-55 kg/cm2

c) 106-141 kg/cm2

d) 120-155 kg/cm2

3] पॉवर स्प्रेअरमध्ये आंदोलकाचा फिरण्याचा वेग किती असतो?

अ) 400-500 रेव्ह/मि

b) 900-1000 rev/min

c) 600-700 रेव्ह/मिनिट

ड) 100-200 रेव्ह/मि

4] कोणत्या नोझलमध्ये अरुंद लंबवर्तुळाकार स्प्रे पॅटर्न तयार होतो?

अ) पोकळ शंकू नोजल

b) घन शंकू नोजल

c) फॅन टाईप नोजल

ड) नोजल बॉस

5] फॅन नोजलचा ऑपरेटिंग प्रेशर, जो अवांछित आहे _____ आहे

अ) 1]2 kg/cm2

b) 1]5 kg/cm2

c) 9 kg/cm2

d) 5]9 kg/cm2

6] कोणते नोजल लहान श्रेणीत संपूर्ण क्षेत्र व्यापते?

अ) घन शंकू नोजल

b) फॅन नोजल

c) पोकळ शंकू

ड) नोजल टीप

7] पॉवर स्प्रेअरचा कोणता भाग गंज टाळण्यासाठी वापरला जातो?

अ) आंदोलक

ब) गाळणारा

c) प्राइम मूव्हर

ड) टाकी

8] पॉवर स्प्रेअरचा कोणता भाग द्रवपदार्थाला इच्छित स्प्रेमध्ये तोडण्यासाठी आणि वनस्पतींना देण्यासाठी वापरला जातो?

अ) बूम

ब) नोजल

c) गाळणे

ड) दाब मापक

9] अल्ट्रा लो व्हॉल्यूम स्प्रेअरमध्ये मोटरला जोडलेल्या स्पिनिंग डिस्कचा दर काय आहे?

अ) 4000-9000

b) 1000-3000

c) 750-1000

ड) 10000-15000

10] जगातील पहिले स्वयं-चालित स्प्रेयरचा शोध कोणी लावला?

अ) रे हॅगी

ब) एलोन मस्क

c) जॉन डीरे

ड) राहेल कार्सन